महापूर

सतीश आळेकर यांचे प्रकाशित साहित्य

नाटक

अतिरेकी

एक दिवस मठाकडे / ठकीशी संवाद

दुसरा सामना

पिढीजात / मिकी आणि मेमसाहेब

बेगम बर्वे

महानिर्वाण

महापूर

शनिवार रविवार

एकांकिका

झुलता पूल आणि इतर एकांकिका

आधारित एकांकिका

आठवणी

गगनिका

महापूर

सतीश आळेकर

पॉप्युलर प्रकाशन, मुंबई

महापूर

(म – १३४८)

पॉप्युलर प्रकाशन

ISBN 978-81-955127-0-6

MAHAPOOR

(Marathi : Play)

Satish Alekar

कृष्णा, २ रा मजला, पत्रकारनगर

पुणे ४११ ०१६

mikinalekar@hotmail.com

satish.alekar@gmail.com

पहिली आवृत्ती : १९७५

तिसरी आवृत्ती : २०२१

पहिल्या तीनही आवृत्त्या नीलकंठ प्रकाशन, पुणे

चौथी आवृत्ती : २०२२ / १९४४

मुखपृष्ठ : शेखर गोडबोले, राजू देशपांडे

मुद्रितशोधन : मिलिंद बोरकर, पुणे

प्रकाशक

हर्ष भटकळ

पॉप्युलर प्रकाशन प्रा. लि.

३०१, महालक्ष्मी चेंबर्स

२२, भुलाभाई देसाई रोड

मुंबई ४०० ०२६

अक्षरजुळणी

मुग्धा दांडेकर

श्रीडी ग्राफिक्स, पुणे

'महापूर' या नाटकाचा पहिला प्रयोग थिएटर ॲकॅडेमी, पुणे या संस्थेने ९ नोव्हेंबर १९७५ रोजी रात्री साडेनऊ वाजता जनता नाट्यगृह, बारामती, येथे सादर केला.

दिग्दर्शक : मोहन गोखले
निर्मिती : श्रीधर राजगुरू
नेपथ्य : माधुरी पुरंदरे
प्रकाश योजना : सतीश आळेकर
श्रीराम पेंडसे
ध्वनी-संकलन : नंदू पोळ

कलाकार

गोविंद रघुनाथ कवठेकर : मोहन गोखले
बळवंतराव चिडगुपकर : प्रवीण गोखले
रघुनाथ दत्तो कवठेकर : चंद्रकांत काळे
अनसूया रघुनाथ कवठेकर : वीणा देव
सुलभा : मजिरी परांजपे
सुलभाचा बाप : सुरेश बसाळे
दाजीकाका : श्रीकांत गद्रे
जज्ज : अविनाश लिमये
वकील : विजयानंद चांदेकर
इसम : उदय लागू

अंक पहिला

[पडदा वर गेल्यावर मध्यम प्रतीचे एक घर दिसते. दोन-तीन खोल्यांचे. नेहमीचेच सामान दिसते आहे. एखादी कॉट, त्यावर ओ येईस्तोवर गाद्या. समोर खिडकीशेजारी दार. त्याला समांतर म्हणजे सायक्लोरामाला, वऱ्हांडा. पलीकडे दुसऱ्या बिऱ्हाडाची जागा. भिंतीला घरातील दिवंगत म्हाताऱ्यांचे फोटो. पण एक फोटो म. गांधींचा व शेजारी साने गुरुजींचा. सुतांचे हार घातलेले. भिंतीवर कुणी तरी खोडकर मुलाने सागू किंवा श्यामची आई असे काही तरी लिहिलेले. खुंटाळ्याला उड्या मारायची दोरी अडकवलेली. शेजारीच खादीचा कोट व त्यावर एक गांधी टोपी अडकवलेली. एखादे टेबल, एखादी नवी खुर्ची. वेळ सकाळची. चाळ हळूहळू जागी होत चाललीय. ट्रांझिस्टरचा आवाज मोठा होत जातो. धाड्कन दार उघडून एक २०-२२ वर्षांचा तरुण प्रवेश करतो. कुलूप हातात घेऊन इकडे-तिकडे हिंडतो. घरी कुणी नाही म्हणून आश्चर्यचकित होतो. समोरच्या टेबलावर एका खोक्यात गोट्या ठेवलेल्या असतात. त्या मोजून पाहतो. समोर बघतो. उड्या मारायची दोरी दिसते. ती घेतो. एकदम उड्या मारायला सुरुवात करतो. समोरच्या बिऱ्हाडातून एक मध्यमवयीन गृहस्थ बाहेर पडताना दिसतो. तरुण त्यांना बघतो. एकदम त्यांना हाक मारतो. ''शेजारीऽ अहो शेजारीऽऽ'' ते गृहस्थ चमकतात. तरुणाच्या घराच्या खिडकीपाशी येतात. खिडकीला गज नाहीत. खिडकीतून डोकावत रागाने बघतात.]

गृहस्थ : (रागावून) छान! गोंद्या, तुझ्या जन्मापासून समोर राहतोय, तरी शेजारी म्हणून हाक मारत जा!

गोविंदा : तसं नाही हो. बळवंतराव चिडगुपकर हे नाव फार मोठं वाटतं. तरी तुमच्या बापाचं- आय मीन, वडिलांचं घेतलेलं नाहीये हं!

चिडगुपकर : काका म्हणायला जीभ झडते तुझी?

गोविंदा : तर... शेजारी- आय् मीन, चिडगुपकरकाका- हे आमचं घर असं रिकामं कसं?

चिडगुपकर : आम्हाला काय माहीत? मुलखावेगळा स्वभाव आपला! आपण घरी कधी आलात?

गोविंदा : हा आत्ताच येतोय.

चिडगुपकर : दोन दिवस काय पत्ता होता आपला? (बोलत-बोलत घरात येतात.)

गोविंदा : मी तुम्हाला आमच्या आई-वडिलांचा पत्ता विचारतोय.

चिडगुपकर : आणखी कुणाचा पत्ता पाहिजे?

गोविंदा : तिघांखेरीज आणखी कोण असतं या घरात?

चिडगुपकर : आता आठवण झाली होय त्यांची?

गोविंदा : म्हणूनच मी तुम्हाला शेजारी म्हणतो.

चिडगुपकर : म्हणजे?

गोविंदा : म्हणजे असं की, गूळ असतो.

चिडगुपकर : (बुचकळ्यात) काय बोलतोयस तरी काय गोंद्या?

गोविंदा : का? काय झालं?

चिडगुपकर : अरे, काय झालं काय! आई-वडिलांचा पत्ता मला विचारतोस, मला शेजारी म्हणून हाका मारतोस आणि आता गूळ.... कसला गूळ काढतोस...?

गोविंदा : माझं पुरतं ऐकून घ्या हो, मग बोला. तर... गूळ असतो.

चिडगुपकर : असतो.

गोविंदा : त्याची ढेप असते.

चिडगुपकर : असते.

गोविंदा : त्यावर मुंगळा बसतो.

चिडगुपकर : खूप बसतात.

गोविंदा : ढेप फोडायची.

चिडगुपकर : फोडली, फोडली.

गोविंदा : तर गुळाचा खडा... जसा मूतखडा असतो तसा गुळाचा खडा.

चिडगुपकर : (खजील होत) काढा, सकाळच्या वेळेला आमचा मूतखडा काढा!

गोविंदा : मी तो काढला नाही, पण तुम्ही तो काढत नाही म्हणून तर तुम्हाला त्रास होतोय. ऑपरेशन करायचे सोडून हकिमाकडून कसली औषधं घेता? मराल एखादे दिवशी. ऑपरेशन सोपं असतं. मीसुद्धा करीन.

चिडगुपकर : आचरट आहेस. एखादा असता तर दोन ठेवून दिल्या असत्या. पण आम्ही असे तुमचे विनापाश शेजारी. त्यातून तुम्ही माया लावली आहे आम्हाला.

गोविंदा : हो ना. मला सारखं वाटतं, तुम्हाला माया नावाची मुलगी आहे म्हणून. ती माझ्याशी लग्न करीन म्हणते. पण मी म्हणतो, करणार नाही. तुझ्या बापाला मूतखडा आहे. असा सासरा आपल्याला नको. लोक काय म्हणतील? एवढी चांगली मुलगी आणि बापाचं बघा काय माकड झालंय! सारखा दोन मिनिटांनी जाऊन येतो. (हसतो.)

चिडगुपकर : अरेऽ काय हे वागणं!

गोविंदा : केवढा हा मूतखडा!

चिडगुपकर : बघा! हे असं चालू असतं तुझं!

गोविंदा : पण तुमची माया आवडली आपल्याला. काय चालती! काय बोलती! डोळ्यानं तर नुसती खल्लास करती! माया काय म्हणता तिला; आदिमायाच म्हटली पाहिजे! सारखं वाटतं, ती खिडकीत उभी आहे आणि मला हाक मारते आहे- एऽऽ गोविंदाऽ एऽ गोविंदाऽऽ (चिडगुपकर अस्वस्थ. त्यांच्या डोळ्यांत पाणी) काय हे! काय हे! सासरे, आपल्या डोळ्यांत पाणी? बरं नव्हे हे! डोळे आले असले तर गॉगल घालावा.

चिडगुपकर : अरे, असती मला मुलगी, तर खरंच तुला जावई करून घेतला असता. तुझ्या बापाला सांगितलं असतं, पण आजन्म ब्रह्मचारी राहिलो रे मी!

गोविंदा : छान! माया देणार मला आणि सांगणार माझ्या बापाला. सर्किटच आहात.

चिडगुपकर : जाऊ दे, मी असाच एकटा राहणार. उगीच कल्पनेतील गोष्टी उगाळू नयेत.

गोविंदा : हो, कारण आपण गिधाडे नाहीत. म्हणजे उगाळणे आणि गिधाडे अशी जोडी एकाच म्हणीत घालून आई नेहमी माझ्या डोक्यावर लिंपत असे.

चिडगुपकर : आता आठवण झाली होय आईची?

गोविंदा : खरंच काका, ती दोघं कुठं गेली आहेत?

चिडगुपकर : हनीमूनला.

गोविंदा : चेष्टा करू नका काका.

चिडगुपकर : काय वागणं तुझं! दोन-दोन दिवस पत्ता नसतो घरी तुझा. आई-वडिलांनी करायचं काय?

गोविंदा	: (उसळून) उपदेश नकोय, जन्मदाते हवेत.
चिडगुपकर	: होऽऽ जन्मदाते हवेत! मिळतात बाजारात.
गोविंदा	: काळ्या की गोऱ्या?
चिडगुपकर	: नव्हे, मसणात मिळतात.
गोविंदा	: तुम्ही लपवून ठेवलंय त्यांना, खरं की नाही काका?
चिडगुपकर	: चेष्टा करू नकोस.
गोविंदा	: काही पत्र वगैरे ठेवलंय?
चिडगुपकर	: नाही...... म्हणजे, मला माहीत नाही.
	(गोविंदा इकडे-तिकडे शोधतो. पत्र सापडते.)
गोविंदा	: सापडलं! (वाचतो) हंऽ यात्रेला गेलेत. लवकरच परत येऊ, असं लिहिलंय.
चिडगुपकर	: आपण नीट वागला असता, म्हणजे आई-बापावर इतक्या लवकर वानप्रस्थाश्रमाची वेळ आली नसती.
गोविंदा	: मी... मी काय केलंय?
चिडगुपकर	: त्यांचा मान राखावा. म्हणजे तसे निदान वाटेल असे तरी वागावे. एकुलता एक मुलगा तू. हे असं तुसडेपणाने वागून-वागून आईला ब्लडप्रेशर जडलंय.
गोविंदा	: मी तुसडेपणाने वागत नाही. खरं म्हणजे मी त्यांच्याशी वागतच नाही. मी माझ्याच विचारात असतो, कारण मी लहान नाही. मी भांग पाडतो, मोजे घालतो, अगदी तुमच्या मायेशी लग्नसुद्धा करायला तयार आहे. सारखी हाका मारते- एऽऽ गोविंद! (हसतो) अगदी स्पष्ट सांगायचं काका, तर मला त्यांचा कंटाळा येतो. तरीही मी त्यांच्याशी बोलतो. ते जे वाढतात ते खातो. त्यांच्याच पैशांनी शिकतो. मग तुमची माया त्यांच्याकडे जाते आणि म्हणते- मी येऊ का खेळायला तुमच्या घरात?
	आमचे आई-बाप टपलेलेच असतात. ते मायाला साखर-आंब्यात बुचकळून काढतात आणि माझ्याकडे पाठवून देतात. साखरआंब्याखालची माया मला दिसत नाही आणि तुम्हाला खरी बघायला आवडत नाही. मग मी घराबाहेर राहिलो, तर दोष कुणाचा? तुमच्या मायेला बाहेर बसवा जरा, म्हणजे मी घरात येईन. पण नाही, तुम्ही मायेला वयात येऊनच देत नाही मुळी.

चिडगुपकर : तू जे बोलतोयस, ते मला समजत नाहीये. पण इतकंच वाटतं की, त्यांच्या तोंडदेखत चांगलं वागावं. त्यानं काही बिघडतं का? मग मनातून नाही पटलं तरी चालेल.

गोविंदा : अहो, पटणार कसलं बोडक्याचं? पटायला बोलणं समजावं लागतं. माझ्या आई-वडिलांचं बोलणं मला समजत नाही.

चिडगुपकर : का? परकीय भाषा बोलतात?

गोविंदा : नाही. बोलतात आपल्यासारखंच, पण मला ते समजत नाही. सारखा घरी कोशिश सिनेमा चाललाय, असं वाटतं.

चिडगुपकर : फार तापलायस तू! जरा शांतपणे विचार कर. आणि त्यांची वाट पाहा. मी जातोय. काही खायला लागलं, तर माझ्या घरी ठेवलंय नेहमीच्या ठिकाणी.

गोविंदा : हो! मी आणि माया- खाऊ भूक लागली की......

चिडगुपकर : कोण माया? हे बघ, माझं लग्न झालेलं नाही आणि मला अनौरस संतती नाही.

गोविंदा : असं कसं म्हणता काका? इतक्या वर्षांचा शेजार आपला आणि माया नाही म्हणता? हे काही खरं नाही! बळवंतराव, तुम्ही जा- आम्ही दोघं खाऊन घेऊ. आणि दुसरी माया निर्माण होईल, असं काहीही करणार नाही. नाही तर घराचा अगदी मायाबाजार होऊन जाईल! (हसतो.)

[चिडगुपकर जातात. इकडे-तिकडे हिंडतो. खिशातील पत्र वाचतो. ठेवून देतो. ट्रान्झिस्टर ऐकतो. एक केळ सापडते. ते सोलून खायला लागतो. इतक्यात दारातून एक मध्यमवयीन रुबाबदार माणूस पुढ्यात येऊन उभा राहतो.]

कोण? काही पाहिजे?

इसम : आपण गोविंद रघुनाथ कवठेकर. वय २० ते २२ च्या दरम्यान. कॉलेज शिक्षण चालू. अभ्यासात प्रगती साधारण. आई-वडिलांशी पटत नाही. पहाटे फिरायला जाण्याची सवय. करेक्ट...?

गोविंदा : हो. पण आपली ओळख?

इसम : कळेल. मी आलोय!

गोविंदा : ते समजतंय. पण का आलाय?

इसम : मला पाठवलंय.

गोविंदा	: कुणी?
इसम	: कळेल लवकरच.
गोविंदा	: कशाकरता?
इसम	: चौकशी करायची आहे.
गोविंदा	: कसली?
इसम	: घरी कुणी दिसत नाही?
गोविंदा	: म्हणजे?
इसम	: म्हणजे घरी तुम्ही एकटेच?
गोविंदा	: नाही. घरी आम्ही......
इसम	: एकटेच म्हणजे, ह्या क्षणी असं म्हणतोय मी.
गोविंदा	: आपण सदैव एकटेच असतो साहेब.
इसम	: बी.ए. ला फिलॉसॉफी तुमची?
गोविंदा	: हो, पण...... साहेब...
इसम	: मी साहेब नाही.
गोविंदा	: मग कोण आहात?
इसम	: कळेल. पण लफंगा नक्कीच नाही.
गोविंदा	: तरी पण...
इसम	: तर तुम्ही एकटेच.
गोविंदा	: हो, मी एकटाच!
इसम	: काही मित्र?
गोविंदा	: नाहीत.
इसम	: मैत्रिणी?
गोविंदा	: नाहीत.
इसम	: खोटंऽ साफ खोटं!
गोविंदा	: मैत्रिणी खरंच नाहीत.
इसम	: तर हे तुमचे टेबल. बऱ्याच वस्तू जमवलेल्या दिसतात. वृत्ती संग्रही आहे. ह्या काचेच्या गोट्या, ह्या शिसपेन्सिली, हे डोक्यावरच्या तेलानं माखलेलं रबर, फुटकी पाटी, गोट्यांची संख्या बरोबर तेरा...
गोविंदा	: थोडक्यात म्हणजे, प्रौढत्वी निज शैशवास मी त्या टेबलाच्या ड्रॉवरमध्ये जपतो मिस्टर जादूगार.
इसम	: मी जादूगार नाही.

गोविंदा : नाही कसे? आपण रुबाबदार आहात. माझ्या दरात शिरलात. खडान् खडा माहिती दिलीत; पण ओळख दिली नाहीत.. लफंगे नाही म्हणता, तर काय तुम्हाला रणधीर कपूर म्हणू?

इसम : हे बघा.......

गोविंदा : खाणार? (एकदम एक केळ सोलून पुढे करतो.) खाणार? हे, बारीक ठिपक्याचं राजेलं केळं?

इसम : नाही, मला नकोय.

गोविंदा : शिकरण केलं असतं, पण दूध नाहीये... आणि....

इसम : आणि चिडगुपकरांकडून आणावं म्हटलं तर ते घरात नाहीत, असंच की नाही?

गोविंदा : कोण तुम्ही? काय काम आहे तुमचं माझ्याकडे? हे बघा, मला एकटं राहायला आवडतं.

इसम : आणि सुरळीच्या वड्यादेखील आवडतात. दोरीवरच्या उड्या आवडतात आणि पहाटेचं फिरणं तर बघायलाच नको!

गोविंदा : कोणी दिली तुम्हाला ही माहिती?... तुम्ही सी. आय. डी. तर नाही?

इसम : क्षणभर असं समजा की, मी सी. आय. डी. आहे. खरं तर तुमच्या मनातील गोष्टी जाणून घ्यायला आलोय. तुम्ही सांगितलेली सगळी माहिती गुप्त राहील. तेव्हा मोकळं आणि स्पष्ट बोला. खरं तर तुमच्या मनामध्ये खळबळ माजलीय. विचारांच्या लाटा धक्के देतात आणि त्यामुळे विचारांच्या प्रवाहात खोल भोवरे निर्माण झालेत. अस्वस्थपणा वाढत चाललाय. तुम्ही नर्व्हस आहात. काही तरी प्रचंड घडलेलं आहे. तर, मला असं सांगा......

गोविंदा : इतकं रंगवून सांगता की, मला वाटलं, सानेगुरुजीच आले– जसा राम आला, रहीम आला, कासिम आला, दगडूची आई आजारी म्हणून तो नाही आला; तसे तुम्ही माझ्याकडे आलात. पण का आलात? माझी अस्वस्थता माझी आहे. जे काही होणार आहे, ते माझं आहे. तुमचा त्यात काय संबंध?

इसम : होणारा अपघात टळावा म्हणून चाललेले प्रयत्न!

गोविंदा : तो अपघात टळणार नाही. किंवा, तो झालादेखील असेल. मला माहिती नाही.

इसम : तीच माहिती विचारायला मी आलोय आणि म्हणून मी तुम्हाला प्रश्न

विचारतोय.

गोविंदा : एक केळ खातो मी. तुम्ही खाणार?

इसम : नको. प्रश्नांची उत्तरं विचार करून द्या. माझी घाई नाही. फक्त ती खरी द्या, कारण त्यानं तुम्हाला बरं वाटेल आणि होणारा अपघात टळेल.

गोविंदा : कसला अपघात? कोण टाळणार? मी वाहन चालवत नाही. अहो, साधी सायकलदेखील माझ्याजवळ नाही.

इसम : ठीक आहे. अपघात झाल्यावरच तो कळेल. तर प्रश्न एक- गेले दोन दिवस तुम्ही कुठे होतात? प्रश्न दोन- तुमचे आई-वडील कुठे आहेत?

गोविंदा : तुमच्या दुसऱ्या प्रश्नाचं उत्तर आधी देतो. माझे आई-वडील यात्रेला गेलेत.

इसम : कुठल्या यात्रेला?

गोविंदा : मला माहिती नाही. फक्त चिठ्ठी लिहून ठेवलेली दिसली. त्यात तसा उल्लेख आहे.

इसम : घटकाभर आपण गृहीत धरू की, तुमचे आई-वडील यात्रेला गेले आहेत म्हणून. आता पहिला प्रश्न- गेले दोन दिवस तुम्ही...

गोविंदा : गेले दोन दिवस भटकत होतो.

इसम : घरी येत होता?

गोविंदा : वेळी-अवेळी चक्कर असायची.

इसम : तेव्हा आई-वडील होते?

गोविंदा : असतील. म्हणजे, मला काही कल्पना नाही. कारण मी वेळी-अवेळी परतायचो. रात्र झालेली असायची. ते झोपले असतील.

इसम : तुमच्या दृष्टीस शेवटी केव्हा पडले?

गोविंदा : दोन दिवसांपूर्वी.

इसम : म्हणजे ते दोन दिवसांपूर्वी यात्रेला गेले, की दोन दिवसांच्या मधे केव्हा तरी गेले?

गोविंदा : माहीत नाही. मला फक्त चिठ्ठी सापडली.

इसम : आपण घराबाहेर कधी पडायचा?

गोविंदा : पहाटे.

इसम : कशासाठी?

गोविंदा : फिरायला.

इसम	:फिरणं संपायचं कधी?
गोविंदा	:रात्री-अपरात्री.
इसम	:कॉलेजला दांडी?
गोविंदा	:तुम्ही माझी फी भरत नाही.
इसम	:फीचा प्रश्न नाही. तुमच्या व्हेअर अबाउट्सचा सवाल आहे. बाहेर पडल्यावर तुम्ही काय केलंत?
गोविंदा	:आईसफ्रूट खाल्लं.
इसम	:दोन दिवस सतत आईसफ्रूट खात होतात?
गोविंदा	:माझं नरडं म्हणजे आईस फॅक्टरी नाही. प्रथम मी आईसफ्रूट खाल्लं.
इसम	:त्यानंतर?
गोविंदा	:मिसळ!
इसम	:म्हणजे सतत चरत होतात?
गोविंदा	:तुम्ही नंतर असं विचारलंत. त्या आधीचं उत्तर खाद्य पदार्थांचं होतं. म्हणून मला वाटलं की, आपण आहारतज्ज्ञ आहात.
इसम	:त्यानंतर दिवसभर काय केलंत, असं म्हणतोय मी.
गोविंदा	:अभ्यास.
इसम	:दिवसभर अभ्यास? आपण नियमित अभ्यास केला असता, तर बी. ए.ला विषय राहिले नसते. सारखी तांबडी कार्डं घरी आली नसती.
गोविंदा	:हेही तुम्हाला माहिताय? कहर झाला! आमच्या चिडगुपकरांबद्दल काय माहिती आहे तुम्हाला?
इसम	:ते तुमचे शेजारी असून त्यांना मूतखड्याचा विकार आहे.
गोविंदा	:बोंबला! आमच्या ह्या चिडगुपकरांच्या मूतखड्यांचा अगदी रॉक ऑफ जिब्राल्टर झालाय. हेही तुमच्यापर्यंत येऊन पोचलं?
इसम	:तेव्हा तुम्ही काय केलंत, ते सांगा.
गोविंदा	:पहाटे मी घराबाहेर पडलो. शिट्टी वाजवली. परत समोरच्या रस्त्याने गेलो. वाटेत...
इसम	:मैत्रिणीचं घरं लागलं.
गोविंदा	:करेक्ट.
इसम	:पण मघाशी तर तुम्ही 'मैत्रिणी नाहीत' असं म्हणालात.
गोविंदा	:हो, बरोबर आहे. तुम्हाला समजावं म्हणून मी माझ्या आणि तिच्या

संबंधांना मैत्रीण असे नाव दिले.

इसम : म्हणजे? मी समजलो नाही.

गोविंदा : असं बघा– हे काय आहे? (केळ समोर धरतो.)

इसम : हे केळं आहे.

गोविंदा : कशावरून?

इसम : कारण त्याला केळच म्हणतात म्हणून.

गोविंदा : चूक. 'केळं' हा शब्द उच्चारल्यावर मनामध्ये प्रकर्षाने– प्रकर्षाने म्हणतोय मी, एका फळाचं चित्र उभं राहतं. हे चित्र सर्व लोकांच्या मनामध्ये एक आणि एकच असू शकतं आणि त्या मनातील केळ्याच्या चित्राशी हे जे माझ्या हातात आहे त्याच्यात विलक्षण साम्य आहे, म्हणून हे केळ!

इसम : समजलं. कारण ज्युनिअर बी. ए.ला तुमचं लॉजिक!

गोविंदा : हो, पण टी.वाय.ला कॅरिफॉरवर्ड झालं. तर म्हणून 'मैत्रीण' हा शब्द उच्चारला, तुम्हाला कळावा म्हणून. कारण मैत्रिणीची तुमच्या मनातील प्रतिमा भिन्न असणार. तरी पण ती सर्वसामान्यांच्या मनातील प्रतिमेशी जुळणारी असणार. माझं तसं नाही. तरी पण घोटाळा टळावा म्हणून मी तो शब्दप्रयोग केला. खरं तर मला कोणीही नाही. मी अस्वस्थ आहे. आलंकारिक भाषेत बोलायचं ठरलं तर, मी पाण्यात पडलेला लोण्याचा गोळा किंवा तेलाचा तवंग आहे. हल्लीच्या भाषेत सांगायचं तर टेस्टट्यूब बेबी आहे. ग्रामीण भाषेत बोलायचं तर कृत्रिम गर्भधारणा संस्थेतील एक ऑस्ट्रेलियन वळू आहे.

इसम : तुमचे वडील रघुनाथ दत्तो कवठेकर आणि आई अनसूयाबाई, जे यात्रेला गेलेत असं तुम्ही म्हणता, ते दोघे जण स्वातंत्र्यसैनिक आहेत. बेचाळीसच्या स्वातंत्र्ययुद्धात भाग घेतलेले आहेत. तुरुंगवास पत्करलेले आहेत. आता मला असं सांगा, त्यांचा प्रेमविवाह झाला होता?

गोविंदा : सॉरी साहेब! आपण त्या लग्नाला हजर नव्हतो, नाही तर माहिती दिली असती. हजर नव्हतो म्हणजे होतो, पण सेपरेट सेपरेटली होतो. माझा ताबा जगाने घ्यायचा की नाही, ह्यावरची आमच्या आई–वडिलांची पहिली शिखर परिषद अजून झालेली नव्हती. पण लग्नाच्या रात्री घोटाळा झाला असणार. बाबा आदम, बाई इव्ह ढोल वाजवत दादांच्या आश्रमाजवळ पोचले आणि मला जन्माला घातलंच पाहिजे,

असं म्हणू लागले...

[हे म्हणत असतानाच अंधारून येते. बेचाळीसच्या काळानुरूप संगीत वाजू लागते. प्रकाशझोत बदलत राहतात. रुबाबदार इसम अदृश्य होतो. गोविंदा खुंटीवरची गांधी टोपी आणि कोट घालतो. तोच एक तरुणी दिसू लागते. हातात दुधाचा पेला. खादीची साडी, फुग्याचा ब्लाऊज, गळ्यात फक्त मंगळसूत्र, ठसठशीत कुंकू, गळ्यात सुताचा हार. तरुणी तोंडाने गुणगुणत असते- ''आता कशाला उद्याची बात, चल उडून चालली रातऽ'' गोविंदा तिचे गुणगुणणे मनःपूर्वक ऐकतो आणि बोलू लागतो. फक्त त्या दोघांवरच प्रकाश.]

अनसूये, अशा मंगल आणि पवित्र क्षणी ही अशी उच्छृंखल गाणी तोंडी बरी नव्हेत गं!

तरुणी : इश्श! आपण आलात रघुनाथ? माझं मेलीचं लक्षच नाही.

गोविंदा : दमलेली दिसते आहेस? दिवसभराच्या दगदगीमुळे. विवाहानिमित्त आश्रमात स्वच्छतादिन पाळला आपण.

तरुणी : मला भीती वाटते रघुनाथ.

गोविंदा : वेडी आणि फुलवेडी कुठली!

तरुणी : काही म्हणा रघुनाथ, पण आज दादा हवे होते होऽ आज दादा हवे होते-

गोविंदा : आपला तरी काय इलाज? इतके प्रयत्न करूनदेखील आज दादा येऊ शकले नाहीत, एवढी एकच खंत उरी बाळगून आहे मी. त्यांचे आशीर्वाद मिळणे फार महत्त्वाचे होते अनसूये, फार महत्त्वाचे होते. त्यांच्याच प्रेरणेने आपण आज ह्या विवाहाच्या पवित्र रज्जूनी जखडले गेलोत.

तरुणी : खूप प्रयत्न झाले. आश्रमाचे कार्यवाह चार-चार वेळा जेलरकडे जाऊन आले. विनवण्या केल्या की, फक्त निदान मुहूर्तासाठी दादांना सोडा. त्यांच्या एकुलत्या एक कन्येचा विवाह आहे आज. पण नाही. आई मागे प्लेगमध्ये निघून गेली आणि ध्येयवादी पिता गजाआड राहिला. मी... मी... अनाथ झाले हो रघुनाथऽऽ मी अनाथ झालेऽ!

गोविंदा : अनाथ? वेडी! दादांना कळलं तर काय वाटेल? एका कर्मठ ध्येयासक्त वियोग्याची कन्या रडते? आता आपणच आश्रम सांभाळायचा. वेळ प्रसंगी परत तुरुंगवास पत्करायचा. पण आपल्या अहिंसक मार्गानेच.

सगळ्या आश्रमाची जबाबदारी आता आपल्यावर आहे अनू!

तरुणी	:(आनंदाने) मला... अनू म्हणून हाक मारलीत रघुनाथ?
गोविंदा	:होय, अनू... माझी अनू... (दोघांचे जड श्वास.)
तरुणी	:तुम्हाला आठवतं, मी 'रघुनाथ' अशी हाक प्रथम कधी मारली?
गोविंदा	:आठवतं, सारं काही आठवतं. आश्रमामागच्या बकुळीच्या कुंजवनातून एक रस्ता टेकडीवर जातो. तिथे आपण प्रथम भेटलो आणि जेव्हा मी माझ्या भावना व्यक्त केल्या त्या वेळी मी ती हाक ऐकली अनू, त्या वेळी ऐकली. तुझा चेहरा संकोचयुक्त आनंदाने आरक्त झाला होता. आनंदाने डोळ्यांत पाणी तरळत होते. ते- ते अश्रू मी माझ्या हाताने पुसलेत... अनू, ह्या उजव्या हाताच्या मधल्या बोटाने! तो प्रसंग मी कसा विसरेन अनू, कसा विसरेन?
तरुणी	:त्या वेळी आपण दोन शपथा घेतल्या. एक आपल्या चिरंतन प्रेमाची आणि दुसरी देशसेवेची.
गोविंदा	:आणि... आणि सूतकताईच्या वेळी तुझी उडालेली धांदल... ती आठवते?
तरुणी	:इश्श! न आठवायला काय झालं! त्या शपथा घेतल्या क्षणापासून मी कोण अस्वस्थ. सायंकाळी सूतकताईच्या वेळेला धागा सारखा तुटायला लागला. काही केल्या सुताचा सूरच लागेना. माझ्या वेडीचं लक्ष ठरेना. नजर सारखी सैरभैर फिरत्येय. ती नजर तुम्हाला शोधीत होती. तोच पत्रके वाटून तुमची दुचाकी आश्रमात येताना दिसली तशी मी अत्यानंदाने पुटपुटले, 'रघुनाथ...' तोच माझं लक्ष शेजारी गेलं. दादा माझ्याकडं बघून फक्त मंद स्मित करीत होते. जणू सारं काही उमगलंय, सारं काही समजलंय!
गोविंदा	:आणि दुसऱ्याच दिवशी त्यांनी आपल्या दोघांना बोलावून घेतलं. बोलणं पक्कं केलं आणि त्यानंतर देशप्रेमाबरोबरच त्यांनी त्यांच्या नव्या विचारांची संथा आपल्याला दिली- छोट्या परिवाराची कल्पना! अत्यंत आधुनिक असा विचार त्यांनी आपल्यासमोर निर्धाराने मांडला.
तरुणी	:अखेर आश्रमात बातमी हा-हा म्हणता पसरली. मला बाई लाजेनं मेल्याहून मेल्यासारखं झालं. एकदा नुसती बसले होते कुटिरात, तो गिरिजा आली. म्हटलं, 'काय गं गिरिजे, काही काम?' तशी म्हणते

कशी– 'एका माणसाचे पेळू आलेत!' तुम्हाला पेळू म्हणून हाक मारायच्या अहो आश्रमवासी भगिनी!

गोविंदा : आणि तू दिसलीस की माझे आश्रमबंधू 'टकळी आलीऽ टकळी आलीऽ' म्हणायचे. एऽऽ टकळी ऽऽऽ!

तरुणी : ए पेळूऽऽ!

[दोघे जण माफक हसतात.]

गोविंदा : ज्या क्षणाची आपण चातकासारखी वाट बघत होतो, तो क्षण अखेर आज आला. अनू, मनाच्या जुळलेल्या सूरांना आज देहाची दाद मिळणार, आज देहाची दाद मिळणार... आपल्या संसाराची मैफिल धुंद होणार!

तरुणी : इश्श! काय वेंधळी मी... एवढं दुग्ध प्राशन करायचं. दादांनी पाळलेल्या शेळीचं आहे.

गोविंदा : वा! वा! हा खासा न्याय! प्राशन उभयतांनी केलं पाहिजे!

[दोघे जण दूध पितात.]

एक गोष्ट सांगतो अनू, त्या जाधवाशी बोललेलं मला खपायचं नाही.

तरुणी : का बरं? तो तर आपलाच बालमित्र.

गोविंदा : मान्य आहे. पण तो अतिरेकी गोटातील आहे. आपले मार्ग हे नव्हेत. दादांना कळलं तर?

तरुणी : ठीक आहे, जशी आपली मर्जी.

गोविंदा : आता प्रारंभ करण्यापूर्वी एकच इच्छा आहे. ज्या भारतमातेनं आपल्याला एकत्र आणलं, तिचं स्मरण करावं असं वाटतं. ब्रिटिशांच्या शृंखला तोडून ती माता स्वतंत्र होईल, तोच खरा आनंदाचा क्षण. तेव्हा म्हण अनू, दादांचं आवडतं गाणं... आपण म्हणू या–

[दोघे जण पुढील ओळी म्हणतात–]

पहा पहा स्वातंत्र्याची दिव्य प्रभात पहा पहा
आजवरी आम्ही रक्त सांडिले, तन, मन, धन नाहि मानीले
भारत भू आझाद करू, आझाद करू, आझाद करू
दिनरात हाच एक ध्यासऽ
स्वच्छ स्वराने द्या ललकारी, आज आम्ही आझाद आझाद आझाद!

[मार्चपास्टचे संगीत वाजू लागते. तरुणी अदृश्य होते. रुबाबदार इसम मिस्किलपणे हसताना दिसतो.]

(गोविंदा टोपी आणि कोट खुंटाळ्याला काढून ठेवतो. ठेवता-ठेवता म्हणतो-)

तर, स्वातंत्र्यसैनिक असलेले आमचे वडील रघुनाथ दत्तो कवठेकर आणि सौभाग्यवती अनसूया रघुनाथ कवठेकर यांच्या लग्नाच्या पहिल्या रात्री घोटाळा झाला. नगारे वाजू लागले. बाई इव्ह आणि बाबा आदम माझा ताबा मागू लागले. नाही तर लग्नाचा लिलाव होईल म्हणाले. अरे, वंशाचा दिवा म्हणजे काय चेष्टा आहे? तो लावलाच पाहिजे! त्या दिवशी साफ केलेल्या कापसाची वात वळलीच पाहिजे आणि असं म्हणून आमच्या आई-वडिलांनी ब्रिटिश सरकारवरचा होता-नव्हता तेवढा राग एकमेकांवर काढायला सुरुवात केली. प्रथम एकमेकांना 'चले जाव, चले जाव' म्हणत, नंतर एका सूरात 'चलो दिल्ली, चलो दिल्ली' म्हणत त्यांनी त्यांची पहिली दांडीयात्रा साजरी केली. त्यात पहिलेछूट पोरगा म्हणजे मोफतमें ओनरशिप फ्लॅटच! आणि अशा रीतीने आमच्या आई-वडिलांच्या जननसंघाचा मी कुलदीपक ठरलो.

इसम : हंऽ तर तुमचे पालक स्वातंत्र्यसैनिक होते.

गोविंदा : हो, अजून आहेत.

इसम : कुठे आहेत?

गोविंदा : सांगितलं नाऽ यात्रेला गेले आहेत म्हणून.

इसम : तर दोन दिवसांपूर्वी पहाटे तुम्ही घराबाहेर पडलात. आई-वडिलांची दखल न घेता समोर चाललात. एक चौक ओलांडून पुढे झालात आणि सरळ गेलात, कारण नेहमीची सवय. न अडखळता तुम्ही पुढे चालू लागलात. आकाश निरभ्र. पहाटेचा गारवा. एक छोटी उंच गेलेली गारवेल, शेजारी दिव्याचा खांब.

[फक्त दोघांवर प्रकाश.]

गोविंदा : नाही साहेब, ट्यूबलाईटचा खांब. त्यानं फार प्रकाश पडतो.. अगदी अनावश्यक.

इसम : आणि मग?

गोविंदा : आणि मग.. ती गारवेल... ती छोटीशी चाळ... रातराणीचा पहाटे विरत चाललेला वास... ते- ते घर माझ्या खूप ओळखीचं...

इसम : मग... दारावर थाप.

गोविंदा : तसाच वेलीला धरून वर चढलो. त्या खिडकीतून आत गेलो.

[गोविंदा बोलता-बोलता त्याच्या घरातील वऱ्हांड्याच्या खिडकीजवळ जातो. इसम हलकेच दृष्टिआड होतो. अंधारात काही काळ बातचित होते आणि मग गोविंदा आपले स्वतःचेच घर त्या मैत्रिणीचे समजून वावरायला लागतो.]

इसम : मग... मग काय झालं?

गोविंदा : ती झोपली होती.

इसम : कुठे?

गोविंदा : ह्या इथे पलंगावर- ही अशी...

इसम : हे घर कुणाचं?

गोविंदा : माझं...

इसम : आई-वडील?

गोविंदा : यात्रा...

इसम : हे घर?

गोविंदा : माझं...

इसम : त्या तिथं कोण झोपलंय?

गोविंदा : ती झोपलीय...

इसम : तुमची मैत्रीण?

गोविंदा : तीच. हो, तीच झोपलेली. पहाटेची वेळ. बाहेर मजबूत गारठा.

इसम : हे घर तुमचं म्हणता, मग ती कशी झोपली इथं?

गोविंदा : हे घर माझं आणि हे घर तिचंसुद्धा. शूऽऽ ती झोपलीय. मी खिडकीतून येतो.

[गोविंदा खिडकीतून येतो. पलंगावर मघाचीच तरुणी झोपलेली दिसते. गोविंदा एकदम उडी मारतो आणि तिला गुदगुल्या करतो. ती ओरडणार तेवढ्यात हात धरतो. ती गोविंदला बघून अवाक् नकळत हात सोडवून घेते.]

तरुणी : तू? काय घाबरले मी! अरे, घरी सगळे आहेत. बाबा उठले असते म्हणजे? ही काय रीत झाली? कशाला आलास इथे?

गोविंदा : मी...... कुठे आलोय?

तरुणी : मग काय तुझं भूत आलंय इथे?

गोविंदा : कोण म्हणतो टक्का दिला? मी नाही टक्का दिला. का रे टम्या टक्का

दिला? मी नाही टक्का दिला. का गं सटवे टक्का दिला? मी नाही...

तरुणी : पुरे ना गोंद्या, आई-बाबा उठतील रे! कशाला आलायस इतक्या पहाटे भुतासारखा? काय पाहिजे तुला?

गोविंदा : 'देणाऱ्याचे हात हजारो, दुबळी माझी झोळी' असं म्हणून ठेवलंय प्रिये. मी काय मागणार तुझ्याजवळ? जाण्यापूर्वी एकदा डोळे भरून पाहावं, अशी इच्छा झाली म्हणून येणं केलं.

तरुणी : लाडात येऊ नकोस.

गोविंदा : माझ्या घरी मी नसताना एक माणूस का बरं येऊन गेलं? बरं, गेलं ते गेलं; काही निरोप नाही की काही नाही. त्याचा तपास घ्यावा म्हणून आलो इतक्या पहाटे.

तरुणी : हो, मी येऊन गेले. अरे, पत्रिका द्यायची होती.

गोविंदा : कसली?

तरुणी : (हसते) जसं तुला माहितीच नाही!

गोविंदा : खरंच नाही. तुझ्या गळ्याशपथ. तुझी हरकत नसेल, तर तुझ्या गळ्याखालची कातडी चिमटीत धरायची आपली तयारी आहे.

तरुणी : अरे, काय चाललंय काय तुझं? पहाटेच्या वेळी चोरासारखा घरात शिरलास... परत जा बघू. बाबा उठून आले तर काय म्हणतील?

गोविंदा : तुझे बाबा म्हणतील की, रेसला लावायच्या आतच घोडी साली वाया गेली. कुणाची पत्रिका आणली होतीस?

तरुणी : (निश्चलपणे) आणली होती... मैत्रिणीची.

गोविंदा : क्या करता है वो?

तरुणी : कौन 'वो'?

गोविंदा : जिसके नामसे तुम अपने भांग मे सिन्दूर लगानेवाली है, वो!

तरुणी : (अत्यंत मिश्किलपणे) मला माहीत नाही. लग्न माझ्या मैत्रिणीचं ठरलंय.

गोविंदा : मैत्रिणीचं?

तरुणी : हो–

गोविंदा : मैत्रिणीचं, मैत्रिणीचं– चैत्रिणीचंम! मग त्या घोडीला घरी यायला काय झालं होतं? (परत खलनायकी हसतो.)

तरुणी : चावटपणा करू नकोस. मैत्रीण आजारी आहे, म्हणून ती येऊ शकली नाही.

गोविंदा : (हसतो) आजारी असून लग्न करते. च्यायला! चढून चढावं तर सुदृढपणे बोहल्यावर चढावं की! मरतमढ्यासारखं काय लग्न करायचं? माझ्या एका मित्रानं तर कावीळ झाली असताना लग्न केलं. बायको सारखी पिवळी-पिवळी दिसायची. कधी कमी पिवळी, कधी जास्त पिवळी. म्हणजे 'पी हळद आणि हो गोरी' म्हणायची सोयच राहिली नाही! असं करू नको म्हणावं. नवऱ्याची बोंबाबोंब होईल.

तरुणी : वाट्टेल ते बोलू नकोस. आमची मैत्री आहे.

गोविंदा : कुणाची? तुझी आणि तिची? की माझी आणि तिची?

तरुणी : मला काय माहीत?

गोविंदा : मला काय माहीत काय, तुला सगळी माहिती आहे. मॅट्रिकला तुझा भूगोल आहे, बी. ए. ला इतिहास आणि सब्सिडरी अर्धमागधी...

तरुणी : हो! मी हूज हू आहे. मोठ्याने बोलू नकोस रे गोंद्या, घरचे उठतील ना!

गोविंदा : (एकदम) आल् बेल... आल् बेल. आता नाही उठणार. त्यांना वाटेल, गुरखा गेला रस्त्यावरून. एऽऽ पण मला गुरख्यासारखा स्वेटर विणता येत नाही हं. शिकवशील?

तरुणी : आधी तू कशाला आलास, ते सांग. हे बघ, लग्न ठरलं आणि त्यात बदल होणार नाही. काय म्हणणं आहे?

गोविंदा : ती का आली नाही?

तरुणी : कोण ती?

गोविंदा : जिचं लग्न ठरलंय ती.

तरुणी : तिला वेळ झाला नाही.

गोविंदा : वेळ झाला नाही होय? हमे फँसाती है बेटी? ऐसा कभी नहीं होगा। आजारी पडली म्हणून वेळ झाला नाही, की आजारीही पडायला वेळ न झाल्यामुळे पत्रिका वाटता आल्या नाहीत? नाही तर असं असेल की, पत्रिका एकदम ॲनीमिक झाल्यामुळे तिला वेळ झाला नसेल. लेकिन बता दे जाकर उस शादी करनेवाली लडकीको, बता दे-उसको, एक कुँवारा लडके का शाप है। ये शादी निर्विघ्न नहीं होगी। कभी नहीं. कभी नहींऽ कभी नहीं होगी।

तरुणी : वाटेल ते बरळू नकोस गोंद्या.

गोविंदा : गोंद्या रे गोंद्या, दुकानमांड्या

दुकानाची किल्ली हरवली
गोंद्याने बायको... ओ डॅम इट्!
[स्तब्धता.]

तरुणी : वाईट वाटून घेऊ नकोस.

गोविंदा : शट् अप! लग्न तुझं ठरलं नाहीये.

तरुणी : तुला एवढं भडकायला काय झालं? मला तुमची गोची चांगली माहीत आहे. माझी मैत्रीण तुझी प्रेयसी होती.

गोविंदा : मुंग्यांनी मेरुपर्वत तर गिळला नाही ना? वडवानलाने पाणी तर ढोसले नाही ना? ज्यांना म्हणून जे-जे ढोसायचं असेल, ते-ते ढोसल्यावर आम्ही उपाशी मरायचं की काय? आई-बापाच्या पैशावर जगणारा फालतू तरुण तू... प्रेमात पडलास, फसलास! पहाटेच्या मंगल वेळी जिथे जोर-बैठका काढायच्या, तेथे शरीरसंबंधाच्या गोष्टी करत बसलास. जेथे शुचिर्भूत होऊन प्रातःसंध्या करत बसायचं सोडून एका तरुणीच्या शय्येवर बसलास. हाऽ हन्त! हन्त! असाच बसत-बसत एका महारोग्यासारखा तू आयुष्य कंठणार पोरा, सावध हो! काळपुरुष तुला साद घालतोय- सावध हो! आणि फारच दमला असशील, तर पाणी पी...
[एकदम रुबाबदार इसमाचा हात येतो. हातात पाण्याचा ग्लास असतो. गोविंदा पाणी पिऊन ग्लास परत देतो. रुबाबदार इसम अदृश्य होतो.] आता मला गत्यंतरच नाही. (गोविंदा उठून एकदम येरझाऱ्या घालू लागतो.)

तरुणी : म्हणजे? असं काय करतोस वेड्यासारखा गोंद्या?

गोविंदा : मधे बोलू नकोस. कामाला लागलं पाहिजे. पत्रिका पण आहे, तेव्हा लवकर उरकून टाकलं पाहिजे. (एका ऑपरेशनची तयारी केल्याचा आविर्भाव करतो. भीषण संगीत सुरू होते.) चल-

तरुणी : कुठे? असं माझ्याकडे बघू नकोस रे!

गोविंदा : टेबलावर चल.

तरुणी : कशाला?

गोविंदा : मला तुझं बघायचंय.

तरुणी : काय?

गोविंदा : पोट.

तरुणी	:काही तरीच काय गोंद्या!
गोविंदा	:खरंच मला तुझं पोट बघायचंय.
तरुणी	:वेड्यासारखं करू नकोस.
गोविंदा	:तुझं लग्न ठरलंय... तुझी मैत्रीण माझी प्रेयसी होती, असं तूच म्हणालीस. तेव्हा मला तुझं पोट पाहिलंच पाहिजे. गोऱ्या-गोऱ्या पोटावरून ब्लेड फिरवलंच पाहिजे आणि पडणाऱ्या रक्तानं तुझी नवी पत्रिका कंपोझ केली पाहिजे.

आमच्या आई-वडिलांनी १९४२ साली स्वातंत्र्ययुद्धात रक्तानं घोषणा लिहिल्या आणि स्वराज्य मिळालं. १९७५ सालची रक्तरंजित क्रांती मी सुरू करतोय सुलू. तुला आणि मला स्वातंत्र्य मिळालंच पाहिजे. आपल्या मैत्रीच्या संबंधाचे टोपीकर सरकार नेस्तनाबूत झाले पाहिजे. तयार हो सुलभा, लोक वाट बघताहेत. पत्रिका कंपोझ झाली पाहिजे.

सुलभा	:तू शुद्धीवर आहेस का गोंद्या? लग्न माझ्या मैत्रिणीचं ठरलंय, माझं नाही. ती तुझी प्रेयसी आहे, मी नाही.
गोविंदा	:पत्रिका तू घेऊन आलीस. तिला वेळ झाला नाही. मला तुझ्या पोटाखेरीज दुसरे काहीच दिसत नाही. अर्जुनाला द्रोणाचार्य म्हणाले, 'पार्था, तुला झाडावर काय दिसते?' अर्जुन उत्तरला, 'पोपटाचा डोळा.' द्रोणाचार्य म्हणाले, 'चल मग, उडव तर.' अर्जुनाला पोपटाचा डोळा आणि मला दिसणारे पोट. त्याची चिरफाड केलीच पाहिजे मला, म्हणजे तिच्या नवऱ्याला सांगता येईल की– बाबा रे, ज्याच्यासाठी केला होता अट्टहास असे तुझ्या बायकोचे शरीर मी वरूनच नव्हे तर आतूनदेखील बघितले आहे! सो आय् ॲम मोअर क्वालिफाईड दॅन यू. तरीसुद्धा तुझा नंबर पहिला, कारण तू होणार नवरा. म्हणून म्हणतो, जरी मी पोट फाडले तरी अग्नी तू दिलास तरी चालेल; कारण सरते शेवटी रामनाम सत्य है, शिरा पुरी का बेत है!
सुलभा	:तू... वेडा झालायस.
गोविंदा	:वाऽ वाऽ वा! मी काय म्हणून वेडा? अं? मी काय म्हणून वेडा? म्हणजे पत्रिका द्यायची ती द्यायची आणि वर पोट फाडून घ्यायचे नाही, म्हणजे काय? अगं, सगळं पोटासाठीच तर करायचं. कशासाठी पोटासाठी, खंडाळ्याच्या घाटासाठी! माझा हिरवागार घाट हुकला आणि माथी अमृतांजनची पाटी आली, त्याला मी काय करणार? तरी

पण पोट आहे, ते खपाटी जाण्याच्या आत कापले पाहिजे. आतडी बाहेर काढून संबंध फीमेल सिस्टिम डोळ्यांत साठविली पाहिजे.

सुलभा : अरे, पण का? कशासाठी?

गोविंदा : खंडाळ्याच्या घाटाकरता.

सुलभा : वेड्यासारखं बोलू नकोस.

गोविंदा : वेड्यासारख्या पत्रिका देऊ नकोस. रुसू नकोस, हसू नकोस, कोपऱ्यात बसू नकोस, हात उंच करू नकोस... जेणेकरून पोट जास्त उघडं पडेल असं काहीसुद्धा करू नकोस. कारण तिच्या आणि माझ्यात नसलेला, कदाचित फार अस्पष्ट असलेला दुवा तोडण्याची वेळ आलीय. त्याकरिता तुझ्या ब्लाऊजच्या खालची दिसणारी पोटाची पट्टी मला पुरे आहे. कारण अस्पष्ट असलेल्या दुव्याची वाट गर्भाशयातून जाते. तेथपर्यंत तलवार पोचलीच पाहिजे.

सुलभा : गोंद्या, तू क्रूर आहेस.

गोविंदा : तू- तू करमळकरबाई आहेस!

सुलभा : अय्या! (हसते. ताण थोडा कमी होतो) एकदम करमळकरबाई काय आठवल्या तुला? काय मारकुट्या होत्या, नाही? आपण नववीत असताना एका बाकावर बसलो तर काय फिस्कारल्या; मुलामुलींनी एका बाकावर बसायचं नाही म्हणे! तरी स्वतः प्रौढ कुमारिकाच राहिल्या.

गोविंदा : तुझ्या घरी बसायला बाक नाही सुलू, नाही तर बसलो असतो. आहे मात्र पलंग. त्यावर बसलेलं तुला चालणार नाही, कारण मी बसायला आलो नाही.

[सुलभा त्याचे लक्ष गुंतून ठेवण्याच्या प्रयत्नात.]

सुलभा : आणि शाळेत चिंचेची झाडं किती होती, नाही? शेजारी बेकरी होती. दुपारी भट्टी लागली की, बिस्किटांचा वास पसरायचा संबंध शाळेत आणि करकोचे होते दोन- आठवतं तुला?

गोविंदा : ससे पण होते. पांढरे आणि काळे.

सुलभा : चिंचा गोळा करायला आपल्याला पाठवायचे आणि चिंचा मात्र मास्तर घेऊन जायचे.

गोविंदा : चिंचेच्या गोष्टी बऱ्या नव्हेत सुलू!

सुलभा : का रे?

गोविंदा	:पोटाचा विषय चालू असताना मधेच चिंच पडली, तर तुझ्या आतड्याला झोंबेल ना!
सुलभा	:हे बघ, एवढं भडकायला काय झालं तुला? काय बोलतोयस तू, तुझं तुला तरी समजतंय का? की कालचा हँगओव्हर आहे अजून?
गोविंदा	:'सिंधू, मी दारू सोडली' असं म्हणणार नाही, कारण तो अधिकार तुझा नाही.
सुलभा	:हे बघ, लग्न कुणाचं ठरलंय?
गोविंदा	:माझ्या प्रेयसीचं.
सुलभा	:अगदी बरोबर. तुझ्या मैत्रिणीचं ठरलंय का? (गोविंदा गप्प.) अरे, बोल ना- गप्प का? लग्न तुझ्या प्रेयसीचं ठरलंय आणि माझ्यावर राग काय म्हणून? एऽऽ हे बघ, शहाण्यासारखा वागत जा. तू माझा बालमित्र ना? तुझे बाबा आणि माझे बाबा मित्र-मित्र ना?
गोविंदा	:तू आणि मी मित्र-मैत्रीण ना?
सुलभा	:तुझी-माझी गट्टी मॉन्टेसरीपासूनची.
गोविंदा	:चिंचेचे बुटूक कोणी खाल्लं?
सुलभा	:एका मुलाचे दात आंबले.
गोविंदा	:एका मुलीने हिंगाच्या डबीत सुरवंट ठेवला.
सुलभा	:आणि गोंद्या, चतुर्थीला दुर्वा. एकवीस दुर्वांची एक जुडी. कमी भरल्या तर मिळेल छडी.
गोविंदा	:करमळकरबाई मारकुट्या...
सुलभा	:करवंदाची कोंबडा-कोंबडी...
गोविंदा	:नाही नाही सुलू-पिल्लू!
सुलभा	:शाळेजवळच्या नदीला पावसाळ्यात महापूर.
गोविंदा	:सुलू गं सुलू, नदीला मोठं पाणी आलंय. बघायला येणार का?
सुलभा	:थांब थांब रे गोंद्या, घरी सांगून येते.
गोविंदा	:सांगून काय येतेस? बावळट! सोडतील का? चल, पळ.
	दोघं जण पळत नदीकाठी. नदीला खूप पाणी.
	[घोंगावणाऱ्या पाण्याचा आवाज येतो.]
	सुलेऽ ए सुलेऽऽ मी नदीत उडी मारू?
सुलभा	:(ओरडते) गोंद्याऽऽ (हाक घुमत जाते.)
गोविंदा	:सुलू माझी कावरीबावरी. सुलू कसनुशी. सुलूच्या डोळ्यांत आभाळ

साकळतं. खारट गालावर सैरभैर झिपऱ्या. एका वेणीला तांबडी रिबीन, एका वेणीला नुसतीच लोकर. सुलूचा फ्रॉक डोळ्यांवर, चड्डीची नाडी गुडघ्यावर...

[दोघे भानावर येऊन सुन्न होऊन बसतात. क्षणभर शांतता. गोविंदा एकदम उठतो आणि बैठका मारायला लागतो.]

सुलभा : (हसते) हे काय चाललंय तुझं आता? ही काय व्यायामशाळा आहे? हळू जरा, खालच्या मजल्यावर माती पडेल. काय चाललंय काय तुझं?

गोविंदा : वॉर्मिंग अप करतो आहे. एवढं मोठं ऑपरेशन करायचं...

सुलभा : वेडेपणा करू नकोस. हे असले विचार डोक्यात बरे नव्हेत रे गोंद्या. लग्न तुझ्या प्रेयसीचं ठरलंय ना?

गोविंदा : हो!

सुलभा : मग माझ्यावर राग काय म्हणून?

गोविंदा : काय म्हणून? कारण आत्ताच हाती आलेल्या बातम्यांवरून असे समजते की, तू आणि माझी प्रेयसी एकच व्यक्ती आहात. अगं सटवे, मी तुला काय आज ओळखतो? हाकामारी साली!

सुलभा : खोटंऽ साफ खोटंऽ! माझा काही संबंध नाही. मी फक्त मैत्रिणीचा निरोप घेऊन आले होते.

गोविंदा : फसवतेस? मग तू इथेच थांब. मी जाऊन माझ्या प्रेयसीला घेऊन येतो.

सुलभा : नको रेऽ तिला आणू नकोस.

गोविंदा : का?

सुलभा : का काय? तिला सुखात राहू दे. आठवड्यावर आलंय लग्न तिचं.

गोविंदा : शक्य नाही. ज्या अर्थी तू मला जायला विरोध करते आहेस, त्या अर्थी तू आणि ती एकच व्यक्ती असली पाहिजे.

सुलभा : नाही, खरंच नाही. तिचं लग्न ठरलं असलं तरी मी आहे. मला तू आवडतोस. अरे, आपण लहानपणापासून बरोबर वाढलो. तुला कशी मी विसरेन?

गोविंदा : 'विसरशील खास मला दृष्टिआड होता...' (स्तब्धता.) मी तुला आवडतो ना? मग एक काम कर. तुम्हे मुझसे फौरन शादी करनी पड़ेगी. अभी, इसी वक्त!

सुलभा	: लग्नाचं शक्य नाही मला.
	कसं पटवून देऊ तुला? अरे, मला कोड आहे.
गोविंदा	: आपल्याला चालेल. तुझ्या पोटी जिराफ जन्म घेतील आणि घराची पार आफ्रिका होऊन जाईल. येडे, तुझ्या पोरांना पॅट्रीस लुमुंबा किंवा सोन्योकेन्याटा म्हणतील!
सुलभा	: मला कॅन्सरची भावना आहे.
गोविंदा	: अगं, कॅन्सरच काय- पण तू मेलेली असलीस तरी चालेल. कारण आपल्याला फक्त पोटात इन्टरेस्ट आहे.
सुलभा	: कसं समजावून सांगू तुला? लग्नाचं मला-
गोविंदा	: लग्नाचं तुला खरं वाटलं की काय? अगं, ते केवळ पोट फाडायला एक निमित्त. लग्नाची असो वा प्रेमाची असो; ऑपरेशन झालंच पाहिजे. कारण त्याशिवाय दोघांचा इतका तीव्र शरीरसंबंध येणारच नाही. आणि त्याशिवाय गर्भाशयातून जाणारा दुवा तुटणार नाही. शरीरसंबंध तर यायलाच हवा, कारण मी कुत्रा आहे. आणि त्याचबरोबर तो तुटायलाच हवा, कारण तू कुत्री आहेस. तेव्हा चल, वेळ दवडू नकोस. कुठेही चढायच्या अगोदर, टेबलावर चढ. हे लखलखते पाते प्रिये तुझ्या पोटाची वाट बघत आहे.
सुलभा	: (रडत) असं करू नकोस. बाबा उठतील. मी पाया पडते तुझ्या. आपली मैत्री तशीच राहणार आहे. नुसती मैत्री तुला मान्यच नाही का? निदान आपल्या मैत्रीला तरी जाग.
गोविंदा	: नाही, मी मैत्रीला जागणार नाही. कारण मला जागरण सहन होत नाही. प्रिये, हे लखलखते पाते तुझ्या पोटाची वाट बघत आहे. पोटाला तांबडी चीर पाडणार. चिरेच्या दोन्ही बाजूला मांसाची कड दिसते आहे. मधूनच रक्ताची पुष्कर्णी उडते आहे, तर कधी तुझी किंकाळी कानी पडते आहे. पण पाते आपले पुढेच चाललेय.
	[तरुणीची किंकाळी ऐकू येते.]
	अरेऽ अरेऽऽ हे काय झाले? पाते कशाने बरे अडले? पुढे का जात नाही? ऑपरेशनमध्ये घोटाळा झालेला दिसतोय.
सुलभा	: पाते माझ्या आतड्याला अडलंय!
गोविंदा	: चला, चला, चलाऽऽ आतडे बाहेर काढा... छत्तीस फूट आतडे पतंगासारखे हापसा! कोण आहे रे तिकडे? लहान आतडे, मोठे

आतडे असा भेदभाव करू नका म्हणावं. पेज होण्याच्या आत आतडे हापसा. धमालच आहे- लग्नाआधी मुलीचे आतडे बाहेर आले! दैवी चमत्कारच म्हटला पाहिजे. अहो, आठवड्यावर मुलीचं लग्न आलंय आणि सकाळी बघतो तर मुलगी आपली आतडे हातात घेऊन उभी! छत्तीस फूट आतड्याच्या वेटोळ्यात माझी प्रेयसी उभी, जणू ध्यानस्थ बसलेला तपस्वीच. बोहल्यावर वधू हाराऐवजी आतडे गळ्यात घालणार आणि नवरा साप-साप म्हणत भुई थोपटणार. नवऱ्याला म्हणावं, पुंगी शिकून घे आणि आतड्यावर इंडियन रोप ट्रिक दाखव. मोप पैसा कमवशील. (हसतो)

[तोच सायरनचा आवाज ऐकू येतो. आवाज मोठा होत चाललाय. घंटा वाजते. दिवे मंद होतात.]

अरेरे! घोटाळा झाला म्हणायचा. ऑपरेशन चालू असताना हे काय मधेच! व्होल्टेज डाऊन झालेले दिसतेय. आता हे आतडे आत कसे घालणार? पुन्हा मला गर्भाशयाकडे जायचंय. माझा अगदी अभिमन्यू झालाय. कुणी तरी आलं वाटतं?

[आवाज टिपेला पोचतो. सुलभा तालावर नाचत अदृश्य होते. प्रकाश पूर्ववत् होतो. रुबाबदार इसम टाळ्या वाजवत असतो. गोविंदा भेदरलेला.]

इसम : वा! गोविंदराव, वर्णन तर अगदी रंगवून केलंत.

गोविंदा : वर्णन? जे घडलं ते प्रामाणिकपणे सांगितलं.

इसम : तर थोडक्यात सांगायचं म्हणजे, तुमच्या जीवश्चकंठश्च मैत्रिणीचा- ती मुलगी तुमची प्रेयसी पण होती, अशा मुलीचा- एका पहाटे तुम्ही खून केलात.

गोविंदा : खोटं! मी.... फक्त आतडं बाहेर काढलं. तोच सायरन वाजला. मला वाटलं, पोलीस आले.

इसम : म्हणजे तुमचं म्हणणं असं की, अशा अवस्थेत ती तरुणी- सुलभा तिचं नाव- ती जिवंत आहे?

गोविंदा : हो. आठवड्यावर तिचं लग्न आलंय.

इसम : हे सगळं अशक्यय! हे सगळे तुमच्या मनाचे खेळ चालू आहेत.

गोविंदा : काय केलं म्हणजे तुमची खात्री पटेल? जीव तोडून मी सांगतोय, ती मेलेली नाही. मी तिचा खून केलेला नाही.

इसम : मग? पुढे काय झालं?

गोविंदा : सायरन सुरू झाला. मला वाटलं, पोलीस आले. सुलू किंचाळली. तोच तिचा बाप आला. मी पलंगाखाली दडलो. मग हळूच खिडकीतून निसटलो. तिचा बाप म्हणत होता...

[अंधारून येते. गोविंदा, इसम अदृश्य. सुलूचा वयस्कर बाप अस्वस्थपणे येरझाऱ्या घालत असतो. सुलू थबकलेली, मलूल होऊन पडलेली असते.]

बाप : तरी मी तुला सांगत होतो, त्याच्याकडे जाऊ नकोस. वयात आलेल्या मुलांशी मैत्री ठेवायची; हे असंच होणार!

सुलभा : इश्श! मी त्याच्याकडे कशाला जाईन? तोच माझ्याकडे आला आज पहाटे.

बाप : आणि हे- हे बाहेर काढेपर्यंत तू काय घोरत होतीस?

सुलभा : मला बाई गंमतच वाटली.

बाप : गंमत! अगं, सगळी पचनसंस्था बाहेर काढली त्यानं आणि तुला गंमत वाटत्येय. तुझी कसली गंमत? तुझी नाही गंमत. आम्हीच गंमत केली आणि तुला होऊन दिली. आता मुलाकडच्या लोकांना काय सांगू? मुलीचे आतडे बाहेर आले म्हणून? अगं, पत्रिका वाटून झाल्यात. आठवड्यावर आलंय लग्न तुझं. हे- हे असं झाल्यापासून तुझ्या आईनी तर अन्नच सोडलंय. जेवणार नाही म्हणते. जा, त्यांना समजाव. काही तरी खा म्हणावं. भलते निश्चय करू नका. नाही तर तुमचं पण येईल बाहेर.

सुलभा : मी सांगत्ये समजावून. पण ऐकेल असं वाटत नाही. मानी आहे ती.

बाप : मग मरा.

[सुलभा जाते.]

बाप : काय काय पाहावं लागणार आहे? आता सगळी व्रतं आली, गृहशांती आली, उपास आले.

[एकदम एक शेजारी येतात.]

शेजारी : काय म्हणतीय लग्नाची तयारी? अगदी खालच्या मजल्यापासून घमघमाट सुटलाय अगदी!

बाप : (घाबरून) घमघमाट कसला दाजीकाका?

दाजीकाका : फराळाचं चाललंय वाटतं?

बाप : हो...हो ना, सारखं तळणीचं काम चाललंय!

दाजीकाका : आमची सुलभा कुठे दिसत नाही ते?

बाप : जरा निजून आहे. अपचन झालंय. सारखी केळवणं चाललीत ना!

दाजीकाका : बरं झालं, आठवण केलीत. आमच्या घरी कधी नंबर लागणार? सकाळीच या चहाला... मग तेव्हाच ठरवू!

बाप : नाही म्हणजे, बाप रे! मी.... मी मुलीलाच विचारतो. अगं, हे बघ-कोण आलंय ते.

[सुलभा येते. पोटावरून पदर.]

सुलभा : कोण? दाजीकाका का? कधी आलात?

बाप : चहाला कधी येता म्हणून विचारत आहेत.

सुलभा : चहाचं जमणार नाही काका. फार बोलावणी आहेत. पण हे आतडं पाठवून दिलं तर चालेल?

[दाजीकाका चांगलेच दचकतात.]

दाजीकाका : ही.. ही काय म्हणतीय, काही कळत नाही होऽ

बाप : तू- तू आत जा बघू.

सुलभा : खरंच दाजीकाका, चांगलं छत्तीस फूट आहे. आत पण जात नाही. किती फूट पाठवू?

दाजीकाका : बाप रे! हे- हे आतडं... मला, अहोऽ मला चिमटा काढा होऽऽ!

सुलभा : खरंच बाहेर आलंय. हात लावून बघा ना! ते काही करीत नाही.

[ती त्यांच्याजवळ- ते लांब- अशी शिवाशिवी चालते. बाप त्यांना अडवण्याचा प्रयत्न करीत असतो.]

दाजीकाका : मी.. मी कसा हात लावू? मी... शाकाहारी आहे. (पळून जातात.)

बाप : सुलेऽऽ कार्टेऽ आत जाऊन मर! आणि आतड्यावरून पदर घे बघू. किती वेळा तुला सांगितलं की, ते बाहेर काढू नकोस म्हणून. लोकांना भीती वाटते. आता आमची एक नजर मेलीय.

[दारावर धडका बसतात.]

अरे बाप रे! आता कोण आलंय? जावईबापू की काय?

सुलभा : हो, तेच असतील. आज येईन म्हणाले होते. सांगायला विसरलेच मी.

बाप : (लाचार होऊन पुढे होत) यावंऽ यावंऽ यावं! वसंतराजे, यावं. आपलीच वाट बघत होतो.

[वसंतराजे म्हणून शेरवानी आणि वरती जरीचा फेटा बांधलेला गोविंदा येतो. संस्थानिक थाटात वावरत आहे.]

वसंतराजे	: आम्ही याच वेळी येऊ म्हणून सांगितलं होतं. आमच्या कुलदैवताच्या दर्शनास जाण्याचा मनसुबा होता आमचा. घोडा-गाडी तयार आहे. आपण चलावं.
	आज मुद्रा म्लानशी दिसत आहे. काही चूक तर झाली नाही ना आमची? मग असा दुरावा का बरं? काढा बरं पदर पोटावरून–
	[बाप आत जातो.]
सुलभा	: राजे... राजे, मला लाज वाटते.
वसंतराजे	: हं! हं! आपण म्हणजे अगदी लाजाळूचं झाड जणू! असं करणं बरं नव्हे. कुलदैवताच्या दर्शनास जायचं आहे. गाभाऱ्यात अंधार असतो. आपण पोट उघडं टाकावं आणि चलावं.
सुलभा	: आज तब्येत बरी नाही म्हणते मी.
वसंतराजे	: वैद्याला पाठवून देऊ का?
सुलभा	: नाही, तसं विशेष नाही. पण आपण सांगणार तर नाही ना कुणाला?
वसंतराजे	: वेड्याच आहात! खट्याळ आहात. मुलखाच्या वेंधळ्या आहात. आणि कसे सांगणार आम्ही कुणाला? आपण बोललेला प्रत्येक शब्द ह्या हृदयमंदिरात जतन करून ठेवला जाईल.
सुलभा	: तर मग ऐकावं ते! काय झालं माहीत आहे, माझे आतडे बाहेर आले.
वसंतराजे	: थट्टा करता आहात आमची– अं? लबाड आहात!
सुलभा	: खरंच, जशी जीभ बाहेर येते तसं आलंय. हे बघा, ते आत जात नाही. चांगलं छत्तीस फूट आहे. सकाळी उठले आणि एकदम अडखळून पडले. घाबरले. मला वाटलं, सापच आला! पण हळूहळू होईल सवय.
वसंतराजे	: आम्ही साफ-साफ सांगतो, आमच्या घराण्यात आजवर असे कधी झालेलं नाही. कोणत्याही स्त्रीचा पोटाखेरीज कोणताही अवयव बाहेर आला नाही. आम्ही अखेरचं आणि निक्षून सांगतो, आतडं बाहेर आलेली मुलगी आम्हाला पसंत नाही.
सुलभा	: (पायावर लोळण घेत) असं करू नका राजे, असं करू नका. तुमचा संसार मी सुखाचा करीन. माझ्या आतड्याचा पदर पसरून मी विनविते! मला तुमची म्हणा होऽ मला तुमची म्हणाऽऽ!
वसंतराजे	: (घनश्यामसारखा पाय झटकत) नाहीऽ त्रिवार नाहीऽऽ! अरेरे! काय करून बसलो आम्ही? छत्तीस गुण पसंत पडलेल्या आमच्या वाग्दत्त वधूचे छत्तीस फूट आतडे बाहेर यावे ना! का असा दगा दिलात

आम्हाला?

सुलभा : दगा नाही राजे, साखरपुडा झाला तेव्हा पोट चांगलं होतं हो! मला अवधी द्या, पण सोयरिक मोडू नका.

वसंतराजे : अवधी हवा? ठीक आहे. उद्या सूर्योदयाच्या आत जर ते आत गेले नाही, तर सोयरिक मोडली असंच समजा.

सुलभा : राजेऽऽ (पायावर पडते.)

[वसंतराजे घनश्याम थाटात निघून जातात. सुलूचा बाप येतो.]

बाप : काय झालं? काय म्हणाले ते?

सुलभा : आतून ऐकलंत ना सगळं?

बाप : हो, पण...

सुलभा : मग परत कशाला वदवून घेता? आईनं खाल्लं नाही?

बाप : पाणीसुद्धा घेत नाही.

सुलभा : मग मरा.

बाप : तो हा- येऊन गेला.

सुलभा : कोण येऊन गेला आता?

बाप : खाली राहणारा उमाकांत खांडेकर. सारखा भेटायला बघत होता तुला. मी साफ सांगितलं की, आत्ता भेटणार नाहीत. जावईबापू आलेत.

सुलभा : उमाकांत कशाला आला होता? त्याच्या शाळेला सुट्टी आज?

बाप : सुट्टी कसली, नवीन अभ्यासक्रम शिकवतो ना शाळेत.

सुलभा : मग मी काय करू?

बाप : त्याला आज पचनसंस्था शिकवायचीय.

सुलभा : म्हणजे?

बाप : म्हणाला.. एवीतेवी बाहेर आलंच आहे, तर सुलू वर्गातून चक्कर मारेल का शाळेत? म्हणजे पोरांना दाखवीन म्हणाला पचनसंस्था.

सुलभा : त्याला कोणी सांगितलं?

बाप : दाजीकाकांनी अख्ख्या चाळीभर केलंय. मघाशी पाण्याची बादली सोडली वरून, तर लगेच- 'आलं आलंऽ आतडं आलंऽ' म्हणून हीऽ गर्दी जमली खालती. तो उमाकांत तर हातात फूटपट्टी घेऊन उभा होता लांबी मोजत. पचनसंस्था समजावून सांगतोय चाळीला! मी परोपरीनं ओरडून सांगतोय की- बाबांनो, ही दोरी आहे, पण कोणी ऐकेच ना. खालच्या नाडकर्ण्यांच्या म्हणाल्यासुद्धा की, अगदीच आतल्या

गाठींची दिसते आहे सुलभा. कमाल झाली! चाळीत राहायची सोय
उरली नाही. (आनंदाने) आलाऽ आला!

सुलभा :कोण आला? मला हे सहन होत नाही होऽ आई काय करतीय?

बाप :भ्रमिष्ट झालीय. देवापुढे ध्यानस्थ बसलीय आणि...

सुलभा :आणि काय?

बाप :आणि डोळ्यासमोर आतडं दिसू नये, म्हणून गॉगल लावलाय माझा.
अहो म्हटलं, काय हे? गॉगल लावून कसला जप करताय? तशी
म्हणाल्या की, तांबडा रंग सहन होत नाही. आणि फार वेळ डोळे
मिटवत नाहीत.
[आवाज मोठा होत जातो. सालम मिश्रीऽ सफेद मिश्रीऽऽ]
आला! आला!

सुलभा :कोण आला? मी थकले होऽ

बाप :तो वैदू आला.

सुलभा :कोण वैदू?

बाप :आपल्या चाळीत नेहमी येतो. मी त्याला बोलावतो.

सुलभा :नको हो, डॉक्टरांना बोलवा.

बाप :आधी ह्याला दाखवू. नाही तर डॉक्टर आहेच नशिबी. स्वस्तात तरी
होईल
[आवाज मोठा होतो- सालम मिश्रीऽ सफेद मिश्रीऽऽ बाप बाहेर जातो
आणि वैदूला घेऊन येतो. वैदू म्हणून अर्थातच गोविंदा.]

बाप :याऽ याऽ वैदू, या!

वैदू :टैम नही. क्या काम है?

बाप :(हिंदी बोलताना धांदल उडते. आतड्याला शब्द सापडत नाही.)
नही- नही, याने क्या हुआ- अपना पेट होता है न...

वैदू :गॅस ट्रबल है क्या?

बाप :नही, नही- दुसरा ट्रबल है. अपना आतडा होता है ना....

वैदू :कातडी? याने चमडी? गर्मी है क्या?

बाप :नही, नही, मेरी लडकी है ना- उसका आतडा बाहर आया है.

वैदू :मतलब?

बाप :(घाईघाईने सुलूकडे जातो आणि निर्देश करीत) ये ऐसा हुआ है.

वैदू :तो फिर पैले क्यो नहीं बताया?

बाप	: जरा लँग्वेज ट्रबल है. अन्दर डाल सकता है क्या?
वैदू	: (एक पाऊल पुढे टाकत) मै अंदर ही हूँ.
बाप	: नही, ये (आतडे दर्शवीत) अंदर डाल सकता है क्या? याने सिच्युएशन जैसे थे कर सकता है?
वैदू	: क्यो नहीं, सबकुछ कर सकता है.
बाप	: पैसे?
वैदू	: आप अंदर जाईये. लडकीको यहा रहने दो. (बाप आत जातो.) आव लडकी, यहाँ आव- मेरी तरफ देखो. मै पुंगी बजाता हूँ. इंडियन रोपट्रिक चालू होगी और आतडा आसमान में विलीन हो जाएगा. [वैदू पवित्रा घेतो. सुलू 'नको-नको, मला हे सहन होत नाही,' असे म्हणत असते तोच गोविंदा दाढी-मिशा काढतो. आणि]
गोविंदा	: पहचाना? (हसतो)
सुलभा	: गोंद्याऽ तू? मी बाबांना हाक मारते. बाऽऽ [गोविंदा तिचे तोंड धरतो.]
गोविंदा	: तुला काय वाटलं, खरंच वैदू आला? मघाशी ऑपरेशन झालं तेव्हा तुझ्या बापानी पोलीस आणले. चल एऽ हापस! आता कुठं जाईल, टोलंभट्टा!
सुलभा	: नको रे, असं करू नकोस. लग्न तर बहुतेक मोडलंच आहे. पण हे असं करू नकोस. मला मारू नको रेऽऽ मी पाय धरते तुझे.
गोविंदा	: (हसत) ऑपरेशन कंप्लीट झालं पाहिजे. [तिच्या अंगावर चालून जातो. तोच परत सायरन वाजू लागतो. दाढी-मिशा वगैरे पोशाख गोळा करून सुलभा लयीत दिसेनाशी होते. अंधारून येते. रुबाबदार माणूस दिसायला लागतो. दमलेला गोविंदा कोपऱ्यात उभा आहे.]
इसम	: माझी चेष्टा करू नका गोविंद कवठेकर. वाटेल ते बकू नका. तुमच्या बोलण्यावरून-तुमच्या वागण्यावरून मी एवढाच निष्कर्ष काढू शकतो की, सुलभाचा तुम्ही खून केला आहे. कारण तिनं तुमच्या मनाविरुद्ध लग्न ठरवलं. म्हणून तुम्ही चिंचेचं बुटूक पार जगातून नाहीसं केलंत. दोन दिवसांपूर्वी पहाटे तुम्ही तुमच्या मैत्रिणीच्या घरात शिरलात. सुलभा साखरझोपेत असताना तुम्ही तिला गुदगुल्या करून उठवलंत आणि समोर पडलेल्या धारदार ब्लेडनी तिच्या पोटावर वार करून तुमच्या चिरकालीन मैत्रीला तिलांजली दिलीत. तेव्हापासून तुम्ही घरी येण्याचं

टाळता आहात. वाटेल तिकडे भटकत आहात. अत्यंत अस्वस्थ आहात. कोणत्याही क्षणी पोलीस येथे येतील, तेव्हा- सुलभाचा खून केल्याचं कबूल करा, म्हणजे तुमचे मन शांत होईल. अस्वस्थता संपून जाईल आणि तुमचे पाय जमिनीला लागतील. एकदा पाय जमिनीला लागले म्हणजे, काय वाटेल ते झालं तरी जमीन सोडू नका. जमीन सुटली म्हणजे आकाश तर जवळ येतच नाही, पण माणूस त्रिशंकू होऊन जातो. विनंतीला मान द्या आणि कबुलीजबाब द्या.

गोविंदा : नाही. मी फक्त आतडे बाहेर काढले तोच... पोलीस आले.

इसम : आतडे बाहेर असणारा माणूस जिवंत असू शकत नाही कवठेकर. असंबद्ध बोलू नका. खुनाच्या वेळेला दारावरून आगीचा बंब सायरन वाजवत गेला आणि तुम्हाला वाटलं, पोलीस आले. पण खरा वांदा तोच आहे. इतकं होऊनदेखील सुलभाचे वडील तुमचं नाव घ्यायला तयार नाहीत. आणि ह्याचं कारण मला समजू शकत नाही. पण सुलभाचे वडील घाबरून जरी तुमचं नाव घेत नसले, तरी पोलीस इतके दूधखुळे नाहीत. आज ना उद्या ते इथे येतीलच. आश्चर्य वाटतं ते हे की, अत्यंत प्रिय अशा व्यक्तीचा- की जिच्याबरोबर तुम्ही बालपण घालवलंत, पुराचं पाणी बघितलंत, चिंचेचं बुटूक खाल्लंत, शाळेत एका बाकावर बसलात अशा निष्पाप कोवळ्या मुलीचा- तुम्ही निर्दयपणे खून केलात! माझ्या पहिल्या प्रश्नाचं उत्तर माझ्यापुरतं संपलं, असं मी गृहीत धरतो. पण दुसऱ्या प्रश्नाचं काय?

गोविंदा : कसला प्रश्न?

इसम : तुमचे आई-वडील कुठायत?

गोविंदा : यात्रेला गेलेत.

इसम : खोटंऽ साफ खोटं! तुमच्या घराच्या त्या तिथे काय आहे?

गोविंदा : (घाबरून बघतो.) खिडकी आहे.

इसम : तुमच्या घराच्या वरती काय आहे?

गोविंदा : छप्पर.

इसम : तुमच्या घराच्या छपरावरती काय आहे?

गोविंदा : गच्ची.

इसम : जरा खिडकीबाहेर बघा.

गोविंदा : (बघतो.) बाप रे! खूप माणसं जमलीत... हजारो माणसं जमलीत!

इसम	: ती सगळी माणसं कुठे बघतायत?
गोविंदा	: वरती.
इसम	: वरती काय आहे?
गोविंदा	: गच्ची.
इसम	: गच्चीवर डावीकडे कोपऱ्यात काय आहे?
गोविंदा	: लाल रंगाची टाकी. पाण्याची.
इसम	: टाकीचा रंग?
गोविंदा	: तांबडा.

इसम : आणि पाण्याचा रंग कोणता आहे? (गोविंदा गप्प) तुमच्या टाकीच्या पाण्याचा रंग कोणता आहे? टाकीत काही तरी पडलंय. त्यामुळे टाकी वाहून चाललीय. सबंध गच्ची टाकीच्या पाण्यानं भरून गेलीय. आणि त्या पाण्याचा रंग तांबडा आहे. कोणत्याही क्षणी ते पाणी छपरातून गळायला लागेल. बघा- बघा, एक थेंब तुमच्या अंगावर पडला, तो दुसरा थेंब तुमच्या डोक्यावर पडला. तुमच्या घरात तांबड्या रंगाचा सडा पडायला लागलाय, कारण टाकी वाहून चाललीय. टाकीत अडगळ पडलीय. एक सूक्ष्म दुर्गंधी सबंध चाळीत पसरत चाललीय. सगळे लोक टाकीकडे बघतायत आणि तुमचे आई-वडील सापडत नाहीयेत. तेव्हा सुलभाचा खून केल्यानंतर गोविंद रघुनाथ कवठेकर, तुम्ही तुमच्या आई-वडिलांचं काय केलंत?

[गोविंदा काल्पनिक पावसाला घाबरून वडिलांची छत्री उघडून कोपऱ्यात भेदरून बसला आहे. अनुरूप संगीत सुरू आहे. खूप माणसांचा कोलाहल ऐकू येतो आहे तोच-]

पडदा.

अंक दुसरा

[पडदा वर जातो. पहिल्या अंकाच्या शेवटापासून दुसरा अंक सुरू होतो. त्यामुळे पात्रे त्याच जागी. स्थळ, काळ, वेळही तीच. संगीत विरत जाते.]

गोविंदा : नाहीऽ नाहीऽऽ नाहीऽ! मी खून केलेला नाही. आई-वडील यात्रेला गेलेत. आणि तसा पुरावा माझ्याजवळ आहे- त्यांनी यात्रेला जाण्यापूर्वी लिहिलेली चिठ्ठी.

इसम : बघू-

गोविंदा : (देणार इतक्यात हात आखडतो.) तुमच्यावर माझा विश्वास नाही.

इसम : खून न करता जसं आतडं बाहेर काढता येतं, तसंच यात्रेला जाण्याचं पत्रंही लिहिता येतं.

गोविंदा : (उसळून) इतकं जीव तोडून सांगतोय तरी विश्वास बसत नाही तुमचा? देवाशप्पथऽ आतडं बाहेर आलंय. बघा ना, बघा काय दशा झालीय तिची. लग्न मोडलं तिचं साहेब. कारण तिच्या नवऱ्याने मुदत दिली होती की, सूर्योदयापूर्वी जर पोट पूर्ववत् झालं नाही तर सोयरिक मोडली असं समजा.

इसम : अस्सं! आणि मग? मग काय झालं?

गोविंदा : (फक्त त्याच्यावर प्रकाश) मग.... वैदू आला. ते आत घालतो म्हणाला. बाप तयार झाला. पण वैदूला ते जमलं नसावं. सुलू थकली. सुलू भागली. अशी सुलू, तशी सुलू, एक सुलू, प्रेयसी सुलू, दोन सुलू, मैत्रीण सुलू, वेडी सुलू, खुळी सुलू, सैल सुलू, चिंचेचं बुटूक सुलू- शूऽऽ

[गोविंदा आणि इसम अदृश्य. थकलेली सुलू दिसते. तिचा बाप विमनस्क अवस्थेतबोलतानादिसतो.त्याच्याचाळीतीलएकइब्लिसचाळकरीभूपाळी घोळून-घोळून म्हणत असतो.]

सुलभा : पाणी... पाणी...

बाप	: (पाणी देत) ढोसा.
सुलभा	: आई गंऽ! आईनं काही खाल्लं?
बाप	: नाही अजून. मधे साखरेचं पाणी प्यायली. पण अखंड जप चालू. गॉगल लावून.
सुलभा	: सूर्योदय झालेला दिसतोय. संपलं सगळं बाबा! लग्न मोडलं. साऱ्या आयुष्यावरून पोतेरं फिरलं बाबा. मला पुडी तरी आणून द्या विषाची, म्हणजे इहलोकीची यात्रा संपवीन म्हणते.
बाप	: असं नको म्हणू!
सुलभा	: का नको म्हणू?
बाप	: अगं, मी तुझा बाप... तुला धीर द्यायला नको का?
सुलभा	: धीर देणार?
बाप	: दुसरं तरी काय करणार मी? लग्न मोडलंस कार्टें मरा आता.
सुलभा	: (एकदम) बाबा, आयडिया! वाईटातून चांगलं निघतं, ते असं. बाबा, वशिंड!
बाप	: वशिंड?
सुलभा	: दोन वशिंडं! दोन वशिंडांची गाय बघायला पैसे लागतात. इथे तर साक्षात छत्तीस फूट! म्हणजे किती पैसे? मला वाटतं, फुटाला पाच पैसे घ्यावेत. दहा फूट बघणाऱ्याला पुढले पाच फूट फुकट. हाऊसफुल्ल गर्दी!
बाप	: असे विचार बरे नव्हेत सुलू. असं रक्ताचं पाणी करून पैसा मिळवणं पसंत नाही मला. तू नोकरी कर सुलू.
सुलभा	: नोकरी झेपेल मला?
बाप	: अगं, ह्या अशा सार्वजनिक प्रदर्शनापेक्षा खूप बरं. हे घ्या वर्तमानपत्र आणि करा अर्ज. (निघून जातो.)
सुलभा	: हळू हो! अजून कळ येतेय मधूनच. अजून सवय होत नाही त्याची. [टेलिफोन, टाईपरायटरचे आवाज घुमू लागतात. गोविंदावर प्रकाश. तो आता साहेब झालाय.]
गोविंदा	: (साहेबी थाटात) हॅल्लो! मी– मी साहेब बोलतोय. तुम्ही ते ताबडतोब करून टाका. मुंबईचे शेअर्स घ्या आणि मद्रासला विका आणि मद्रासचे शेअर्स मुंबईला विका. हे दोन्ही करून झालं म्हणजे टाळ्या वाजवा, टाळ्या. म्हणजे मी पुढचा हुकूम देईन. आणि हे बघा,

मी साहेब आहे. तेव्हा सारखे फोन करू नका. थोडक्यात म्हणजे, धंद्याच्या भरभराटीसाठी करावे लागते ते सर्व काही करा. आणि टाळ्या वाजवा. हॅलोऽ दोन्ही हातांनी. एका हाताने कधी वाजते का? मॅड! (बेल वाजवल्याचा आविर्भाव करतो.) त्या बाईंना आत पाठवून द्या.

[सुलू येते. अवघडून उभी राहते.]

सुलभा : गुड मॉर्निंग सर!

गोविंदा : मूर्ख, आधी नमस्कार करा! (सुलभा हात जोडते.) खाली वाकून करा. मी साहेब आहे तुमचा. मग? वाका, खाली वाका. (सुलभा खाली वाकून नमस्कार करते.) अष्टपुत्रा सौभाग्यवती भव। (सुलभा रडू लागते.) रडू नका. नुसत्या म्हणण्याने काही होत नाही. ही पृथ्वी आहे. पोरांसाठी शरीरसंबंध यावा लागतो. तुमची अगदी पहिल्यापासूनच सुरुवात दिसते आहे. नोकरीसाठी अर्ज करता आणि ह्याच्याबद्दल अज्ञानी? तुमचा साहेब जरी असलो, तरी कुठे कुठे पुरा पडणार मी? तर, तुम्ही टायपिस्टच्या जागेसाठी अर्ज केलेला आहे?

सुलभा : होय साहेब.

गोविंदा : कंपनीचे डॉक्टर म्हणतात, तुमच्या पोटात काही तरी गडबड आहे म्हणून?

सुलभा : होय साहेब, हे बघा...

गोविंदा : असू दे, मी दाखवा असे सांगितल्यावरच दाखवा. मी साहेब आहे. हुकूम केल्याशिवाय काहीही दाखवायचं नाही. त्यातून हे असं तर नाहीच नाही. काय स्पीड आहे तुमचा?

सुलभा : छत्तीस फूट.

गोविंदा : छत्तीस फूट? अहो, मी टायपिंगचा स्पीड विचारला, तुमच्या चालण्याचा नाही!

सुलभा : सॉरी साहेब. ह्याची लांबी इतकी डोक्यात बसलीय. स्पीड खूप आहे, पण...

गोविंदा : पण ते सारखं टायपिंगच्या मधे-मधे येते...

[सुलभा रडते.]

गोविंदा : रडू नका. व्यवहार बघा. किती नाही म्हटलं तरी ते सारखं मधे- मधे येणार. म्हणजे कंपनीच्या कामात व्यत्यय येऊन नफ्याचे प्रमाण

घटण्याची शक्यता निर्माण होणार. कंपनीचे डायरेक्टर ऑब्जेक्शन घेतील. मला आपल्याला नोकरी देता येत नाही. क्षमस्व. (गोविंदा ताड्ताड् निघून जातो.)

[उजेड. रुबाबदार इसम दिसतो आणि गोविंदा येतो.]

गोविंदा : हे असं झालं असताना तुम्ही मला म्हणता की, मी खून केला तिचा म्हणून? आमच्या जन्मदात्यांचा पत्ता तुम्हाला हवाय ना? तोही सांगतो साहेब. आणि तुमची विकृत उत्सुकता संपवतो. पण आज आमचे जन्मदाते येणार. चंद्रभागेच्या वाळवंटातील विठोबा-रखुमाई आमच्या घरी अवतरणार... आमचं घर पंढरपूर होऊन जाणार... मी चंद्रभागेमध्ये डुंबणार साहेब!

टाळ मृदंगाचा गजर । दिंड्या पताकांचे वैभव।।
अवघे वैष्णव झाले लीन। चंद्रभागेतीरी।।

पण साहेब, आमचा विठोबा लई भारी. दर्शनाला गेलो तर पायीची वीट काढून देतो. म्हटलं- नो-नो विठू, धिस इज नॉट गुड. ही पुंडलिकाची वीट आहे. त्यावर मी उभा राहिलो, तर पब्लिक मला पुंडलीक समजेल. आणि विठूराया, तुझं मार्केट पार डाऊन होऊन जाईल. पण विठू ऐकेना. मी उभा राहिलो. आमच्या घरी समांतर पंढरपूर निर्माण झाले. पालखी आमच्या घरावरून जायला लागली. विठोबाचे मार्केट डाऊन झाले. तो मागल्या दाराने येऊन वीट परत घेऊन गेला. वारी अखंडित राहिली. आमचे जन्मदाते पंढरपुरास जातच राहिले, पण त्यांची वारी १९४२ साली तुरुंगातून निघाली. म्हणून कॅटॅगरी स्पेशल. दर्शन आषाढात नाही. सेपरेट. तो सुदिन आज आला. आज १५ ऑगस्ट. आपला स्वातंत्र्यदिन. आज आई-वडील न येऊन सांगतात कुणाला?

[लष्करी बँडचा आवाज येतो. गोविंदावर प्रकाश. स्टेजवरची गांधी टोपी आणि कोट कुणी तरी आत घेऊन जाते.]

पाहा पाहा साहेब, बॅन्ड वाजू लागला. प्रभातफेरी निघाली. आमची विठोबा-रखुमाई येण्याची वेळ झाली.

(गोविंद ओरडतो) विठोबाऽऽ धाव... अरे, हा तुझा भक्त तुला साद घालतोय, धाव! हे चांडाळ बडवे मला खुनी ठरवतायत, तुम्हाला मारून तुमचे देह टाकीत टाकले म्हणून आरोप करतायत. विठोबाऽ

धाव. विठोबाऽ अंत पाहू नकोस, हळूच हसू नकोस, मंद चालू नकोस... या बडव्यांच्या पुढे मला कच्चा टाकू नकोस.

आली, प्रभातफेरी आली. (बॅन्डचा आवाज मोठा होत जातो.) आले, स्वयंसेवक आले. नगरपिते आले, देशसेवक आले, विठोबा धाव. लवकर आलास तर मी तुला इंग्लिश पिक्चर दाखवीन. विठोबा, धाव......

[बॅन्डची लय टिपेला पोचते. गोविंदाचे वडील खिडकीतून आत येताना दिसतात. वयस्क, गांधी टोपी, खादीचा कोट घातलेला, चष्मा, हातात यात्रेचे सामान, खिडकीतून दिसतात आणि आत यायला लागतात.]

(आत येण्याच्या आत गोविंदा पुढील परिच्छेद म्हणतो.)

साहेब, हे आमचे वडील. रघुनाथ दत्तो कवठेकर. पंच्याहत्तर सालीदेखील बेचाळीसमध्येच रमतात. हात सारखे सूत कातीत असल्यासारखे दिसतात. वृत्ती साधी. पण ४२च्या गोष्टींना आणि गमतींना तोटा नाही. नुसतं चले जाव म्हणायचा अवकाश– की टकळी सुरू.

याऽ याऽऽ रघुनाथ दत्तो, या!!

[रघुनाथ दत्तो येतात. टोपी आणि कोट खुंटाळ्याला काढून ठेवायला लागतात.]

गोविंदा	: कुठे जाऊन आलात रघुनाथ दत्तो?
रघुनाथ	: यात्रेला.
गोविंदा	: कुठे?
रघुनाथ	: यात्रेला? (सामान घेऊन ते ठेवायला आत निघून जातात.)
गोविंदा	: साहेब, प्लीज नोट. आमचे वडील यात्रेला गेले होते. टाकीत पडले नव्हते.

[इसम अदृश्य होतो. रघुनाथ दत्तो येतात.]

आमच्या मातोश्री कुठायत रघुनाथ दत्तो?

रघुनाथ	: यात्रेहून आलो. मीच म्हटलं तुझ्या आईला की, मी जातो प्रभातफेरीला. तू मंडई करून ये.
गोविंदा	: मंडई?
रघुनाथ	: अरे, आज १५ ऑगस्ट नाही का? सत्यनारायणाची पूजा असते. ती येईलच इतक्यात.
गोविंदा	: तुम्ही यात्रा संपवून आलात होय? मला वाटलं, तुरुंगातून सुटून

आलात!

रघुनाथ : हे बघ गोविंदा, तू लहान आहेस.

गोविंदा : तसा कायमचाच राहणार आहे.

रघुनाथ : मधे बोलू नकोस. तुरुंगाबद्दल बोलायचं काम नाही. त्या वेळची परिस्थिती वेगळी होती. ब्रिटिश सरकारविरुद्ध एक प्रचंड वावटळ उठली होती आणि त्यात मी एक होतो, ह्याचा अभिमान आहे.

गोविंदा : रघुनाथ दत्तो, तुम्ही चुकलात. तुम्ही जमिनीवरच होतात. ब्रिटिश सरकारदेखील जमिनीवरच होते. वावटळ तुमच्यापर्यंत आली आणि तुम्ही त्याबरोबर फरफटत गेलात. वावटळ निघून गेल्यावर तुरुंग लागला. तुमचं शिक्षण अर्धवट- परिस्थिती युनिव्हर्सल... बेताची. त्यामुळे घरी बोंबाबोंब. तुरुंगवास संपल्यावर दादांचा आश्रम सुरू झाला. मग परत तुरुंग. तुमचं घर तुम्हाला अंतरलं. तुरुंगात सगळे राजकीय कैदी, तर कुणी दरोडेखोर. दरोडेखोरांना तुरुंगात असल्याचा पश्चात्ताप व्हायचा आणि तुम्हाला त्याचा अभिमान वाटायचा.

रघुनाथ : होय, निश्चितच अभिमान होता. अजूनदेखील आहे. एका विशिष्ट ध्येयाने प्रेरित होऊन...

गोविंदा : रघुनाथ दत्तो, तुम्ही कसले घंट्याचे प्रेरित! अहो, तुरुंगात जाईपर्यंत तुम्हाला समजलंच नाही. एकदम हाती गज लागला. तेव्हा समजलात आणि मग तुम्ही म्हणत की- अरे, हा तर तुरुंग. हा बघा गज. तो पाहा, तो पाहा डाकू मानसिंग. अरे, हा तर डाकू सुमेरसिंग. त्या तिथे बघा, अतिरेकी गटाचा जाधव! अबब्! केवढा हा साखळदंड! छातीच दडपली!

रघुनाथ : ती दडपलेली छाती चुकीची होती का गोंद्या?

गोविंदा : अगदी बरोबर होती. फरक इतकाच की, चुंबकाकडे ओढल्या जाणाऱ्या प्रत्येक कणाला माहिती असतं की, आपल्याला कुणी तरी ओढतंय. ओढणारी शक्ती अदृश्य असते. तुम्ही त्यातले पण नाही. कारण ओढलं गेल्याचं तुम्हाला जाणवलंच नाही. पण एकदम मग तुरुंगच लागला. मग समजलं की- ही चले जाव चळवळ, हा भारत छोडो प्रस्ताव. आता आपण ह्यात अडकलो. बाहेर गेलो की निर्भर्त्सना. आता येथून पुढे फक्त दादांचा आश्रम. स्वातंत्र्य मिळणारच. आपल्याभोवती एक नाजुक वलय निर्माण होणार. 'रघुनाथ दत्तो-स्वातंत्र्यसैनिक' सारखा भारतभूला आझाद करू म्हणतो.

रघुनाथ	: मी हे मान्य करणार नाही. अत्यंत निःस्वार्थी मनाने, विशिष्ट ध्येयाने प्रेरित होऊन जेवढं करता आलं तेवढं प्रामाणिकपणे केलं, इतकंच माझं म्हणणं.
गोविंदा	: तुम्ही कसले बोडक्याचे प्रेरित! मोहनदास करमचंद गांधी प्रेरित. पं. नेहरू प्रेरित. तुम्ही रघुनाथ दत्तो! फक्त रघुनाथ दत्तोच. प्रेरित असता तर आजन्म हेडक्लार्क राहिला नसता. स्वातंत्र्यानंतर दादांसकट त्यांचा आश्रम असा देशोधडीला लागला नसता, दादांना हृदयविकाराचा झटका जरा उशिरा आला असता. आश्रमाचे बारा वाजले आणि तुम्ही क्लार्क झालात.
रघुनाथ	: कारणे काहीही असतील, पण आश्रमाचे बारा वाजले हे सत्य आणि मी ते कबूल करतो. दादांचा मृत्यूही झाला, तेव्हा त्याबद्दल बोलण्याचे कारण नाही. जे काय बोलायचे ते आपल्या दोघांबद्दल असू दे. आश्रमातून बाहेर पडल्यावर अर्धवट शिक्षण झालेला, बेताची बुद्धिमत्ता असलेला एक सामान्य माणूस क्लार्क होण्याव्यतिरिक्त दुसरं काय करणार?
गोविंदा	: नाही, नाही. क्लार्क मी समजू शकतो. प्रत्येकाला दुपारची बाराची वेळ टाळता येत नाही. तुमच्याकडे बघितल्यावर वाटतं, तुमच्या रक्तातून आऊटवर्ड-इनवर्डच्या फायली चालल्यात. टाचणी टोचली की पटापटा जी. आर. बाहेर पडतील, असं वाटतं. आश्रम, पत्रके, सभा, मोर्चे, चले जाव– काहीही नाही. आऊटवर्ड-इनवर्ड, ग्रॅच्युइटी, पेन्शन, ऑप्शनल आणि कॅज्युअल. ब्रह्मानंदी टाळी म्हणजे डी. ए. डिफरन्स. खलास!
रघुनाथ	: दुसरं मी काय करणार गोंद्या?
गोविंदा	: दुसरं काहीही करू शकत नाही, त्याला कुणाचाच इलाज नाही. पण तुम्ही हे जे करता, ते करता, ते करणं म्हणजे काहीही करणं नव्हे; हे कळूनसुद्धा तुम्ही त्यात रमता कसे, हेच मला कळत नाही आणि मग तुम्ही टाकीत गेलात, तर दोष कुणाचा?
रघुनाथ	: टाकीत गेलो?
गोविंदा	: आय् मीन– यात्रेला गेलात, असं म्हणतो मी.
रघुनाथ	: मी जे बोलतोय ते तुला समजत असेल, असं मी धरून चालतोय. त्या वेळचं आमच्या कॉलेजमधलं वातावरण वेगळं होतं. इंग्रजद्वेष

शिगोशिग भरला होता. त्यांच्याविरुद्ध प्रचंड चीड निर्माण झाली होती. फक्त ती व्यक्त करण्याचे मार्ग भिन्न होते.

गोविंदा : एक मिनिट- तशी चीड सगळ्यांनाच येत होती?

रघुनाथ : हो, पण त्यांचे मार्ग भिन्न होते.

गोविंदा : मग तशी चीड सुलभाच्या वडिलांना का नाही आली? ते तर तुमचे परममित्र!

रघुनाथ : (चिडून) त्याला कसली डोंबलाची चीड येणार! तो तर हिंदुत्ववादी.

गोविंदा : तुम्ही धर्म मानीत नाही? यात्रेला जात नाही?

रघुनाथ : जातो ना!

गोविंदा : मग तुमच्या चिडीत आणि त्यांच्या चिडीत नेमका फरक कोणता?

रघुनाथ : त्यांची चीड मनापासून नसायची. आमच्या चळवळीला विरोध नसला तरी मनापासून पाठिंबा नसायचा... सुलभा भेटली होती? बोललास तिच्याशी?

गोविंदा : तिच्या बापाची चीड बेचाळीस सालची, त्याबद्दल आपण बोलतोय. विषय टाळू नका.

रघुनाथ : विषय टाळणे! खरं तर आपण दोघे जण एकमेकांचे विषय टाळायला बघतोय. माझ्या मनातील ब्रिटिशांची चीड आणि तुझा सुलूशी असलेला अबोला... अरे, त्यातही गंमत असते. आम्ही पण त्यातनंच गेलोय. आमचा पण प्रेमविवाह झालाय.

गोविंदा : मला गम्मत वाटते रघुनाथ दत्तो. जे तुमचे मित्र बेचाळीस साली चळवळीत होते, त्या बहुतेकांचे प्रेमविवाह झाले. तुरुंगात तरी दुसरे काय करणार म्हणा! सारखं 'भारतभूला आझाद करू' असं किती वेळ म्हणणार? अरे, माणसाला देहधर्म म्हणून काही आहे की नाही? तुम मुझे दिल दो, मैं तुम्हे शादी दूँगा! (हसतो).

रघुनाथ : नाही, सुलभा आली नाही बरेच दिवसांत, म्हणून विचारलं.

गोविंदा : निबंध लिहा- टोपीकर सरकार ते सुलभा : एक खडतर प्रवास. (हसतो.)

रघुनाथ : नाही, अस्वस्थ वाटलास म्हणून विचारलं. अगदी असंच होतं बघ.
[फक्त त्यांच्यावर प्रकाश.]
मला वाटतं, त्रेचाळीस साल असावं. गावात शिबिराची नुसती धामधूम चाललेली. तुझी आई आश्रमात आणि मी सभांची पत्रके वाटीत

दुचाकीरून हिंडत होतो. आश्रमाच्या मागच्या बकुळीच्या कुंजवनात सूर्यास्ताच्या प्रार्थनेनंतर भेटायचं, असं ठरलं. पत्रके वाटता-वाटता माझी कोण त्रेधातिरपीट उडाली. सर्व पत्रके घाईत वाटून संपविली आणि भरधाव दुचाकी मारीत मधल्या आळीतून निघालो; तोच चौकात खालच्या आळीतून जाधव समोर दत्त म्हणून उभा! म्हणाला, 'सभेला चल.' म्हटलं, 'येणार नाही.' म्हणाला, 'घेऊन जाईन.' मी हरतो काय? मीही म्हटलं, 'जाधव, तुमच्या सभेला मी येणार नाही. तुमचे मार्ग अघोरी आहेत. अशांशी मी संबंध ठेवणार नाही. मला अडवू नकोस. काय वाटेल ते झाले तरी मी अतिरेक्यांशी संबंध ठेवणार नाही. छी: छी:! जाधव! तुझ्याशी मैत्री असल्याची लाज वाटते मला.' तरीही जाईना. शेवटी उपोषणाची धमकी दिली, तेव्हा बेटा गेला.

दुचाकी परत भरधाव सोडली. आश्रम सायंकाळच्या प्रार्थनेसाठी फुलून गेला होता.

[प्रार्थनेचा आवाज येतो.]

प्रार्थना संपवून सगळे शिबिरार्थी आश्रमाकडे वळले. मी लपत-छपत कुंजवनात पोहोचलो. मला वाटलं, उशीर झाला. पाहतो तो कुणीच दिसेना. बकुळीचे झाड आपले एकटेच उभे. म्हटलं, फुलं वेचावीत. फुलं वेचू लागलो तोच मागून एक बी फेकून मारली. कुणीच दिसेना. घाबरलो. म्हटलं, हा जाधव इथेही आला की काय! तोच आणखी एक बी आली. खजुराच्या बिया होत्या त्या. मी रागाने मागे वळून बघितले, तोच तुझ्या आईचे शब्द आले...

सदैव सैनिका पुढेच जायचे
न मागुती तुवा कधी फिरायचे

मीही म्हणालो...

वसंत वा शरद उभी असे निशा
सदैव काजळी दिसायच्या दिशा
मधून मेघ हे नभास ग्रासती
मधेच ह्या विजा भयाण हासती

म्हटलं, 'काय गं हे? इतका उशीर? आणि काय हा खट्याळपणा! बिया कसल्या फेकून मारायच्या त्या!' मीही फुरंगटून बसलो.

त्यावर हातातला द्रोण पुढे धरून ती म्हणते कशी, 'घ्यावं स्वारीनं.' शेळीच्या दुधात भिजवलेला खजूर होता रे तो! तेव्हा मला आठवलं की, आश्रमात आज आत्मसंयमाचा दिवस. खजूर खाऊन राहायचं. बकुळीच्या कुंजवनात खाल्लेल्या खजुराची चव अजून जिभेवर आहे बघ माझ्या.

[प्रकाश पूर्ववत]

गोविंदा : कमाल झाली बुवा अगदी! आपल्या वागण्याने आनंद झाला. अगदी तुमचे म्हणजे- अगदी पहिला भात, मधला भात आणि मागला भात. लसणाची फोडणी तिच्यायला कधी नाही. सदैव सैनिका पुढेच जायचे. अरे, कुठं जातो म्हणावं! काय करतो मग...... बकुळीच्या कुंजनवनात धरली की नाही?

रघुनाथ : काय म्हणालास?

गोविंदा : नाही म्हटलं, ओंजळीत धरून ठेवलेल्या बकुळीच्या फुलांचं काय झालं?

रघुनाथ : कोमेजलेली ती फुलं मी तुझ्या आईच्या ओंजळीत घातली आणि म्हटलं की, फुले कोमेजली तरी पर्वा नाही; पण सुगंध तेवढा जप. [गोविंदा टाळ्या वाजवतो.]

गोविंदा : अगदी टाळ्यांचं वाक्य म्हणालात. हे असं वागूनसुद्धा तुम्हाला ब्रिटिशांची चीड येत होती, हे ऐकून बरे वाटले. तरी पण रघुनाथ दत्तो... बकुळीच्या कुंजवनात शेळीच्या दुधात भिजविलेला का होईना पण खजूर मिळत होता. इथे आम्हाला पहिली ते अकरावी एका बाकावर बसूनसुद्धा हातात लग्नाची पत्रिका!

रघुनाथ : म्हणजे?

गोविंदा : म्हणजे सुलूचे लग्न ठरले दुसऱ्याशी.

रघुनाथ : हे- हे- कधी झालं? मला कोणी बोललं कसं नाही? तिचा बापदेखील बोलला नाही.

गोविंदा : तिचं लग्न ठरलं दुसऱ्याशी. मला फक्त पत्रिका मिळाली. तिचा बाप- तुमचा हिंदुत्ववादी मला भेटलाही नाही. कदाचित कोणी राजघराण्यातला असावा.

रघुनाथ : सुलूचा बाप कसला येतो? तसलाच भित्रा. वाद घालायचा. म्हणायचा, स्वराज्य म्हणजे काय मिसळ आहे की पाव-सॅम्पल? सत्याग्रह करून

मिळतंय ते मीठ घालवा आणि आळणी भाकरी तोंडी लावा.

गोविंदा :तो भित्रा, तुम्ही शूर. तो हिंदुत्ववादी, तुम्ही स्वातंत्र्यसैनिक. त्याची मिसळ, तुमचा खजूर. रघुनाथ दत्तो, कठीण आहे. मला वाटतं, तुलना करायला तुम्ही दोघे प्रतिस्पर्धी ठरूच शकत नाही. हिंदुत्ववाद आणि तुरुंग वजा केले, तर तुमच्या दोघांच्या कंसाचा वर्ग अगदी सहज होऊ शकतो. पदावली झट्कन् सुटते, पण शून्यच राहते. जरा ताळा करून बघता?

रघुनाथ :उत्तर शून्य आलं तरी आधीची वजाबाकी विसरू नकोस. चळवळीत प्रत्येक जण विचारवंत नसतो. बहुसंख्य लोक चुकली मेंढरंच असतात. कळपात गेल्यावर शहाणी होतात. पण आमचादेखील एक स्वतंत्र कळप होता. ते दिवस म्हणजे बिनरात्रीचे दिवस. ते आता आधाराचे आहेत. नाही तर रेशनच्या रांगा तेव्हाही होत्या, आताही आहेतच. जे चाललंय ते बघून आनंद होत नाही गोविंदा.

गोविंदा :तरीदेखील ब्लॅकमध्ये मिळणारा दिल्ली राईस तुम्हाला चालतो.

रघुनाथ :होऽ चालतो. अगदी मनमोकळेपणाने मी कबूल करतो की, इथपर्यंत आम्ही बदललो. काळ्या बाजारातील चांगला तांदूळ आम्हाला लागला चालायला. पण अगदी कमरेचे सोडून डोक्यावर घेतले नाहीये. अरे, बरोबर आश्रमात असणारे आज दारूचे गुत्तेदेखील चालवतात.

गोविंदा :दारूवाल्याला विचारलं तर तो तेच सांगतो. डोक्यावर घेतलेले नाही. शाळेत स्वातंत्र्यसैनिकाचा मुलगा म्हणून मला सवलती मिळायला लागल्या, तेव्हादेखील तुमची मूल्ये आड आली. पैसे? छे, छे! ह्यासाठी का आम्ही तुरुंगात गेलो? मला सारखं वाटतं की, कुणी तरी तुम्हाला जबरदस्त ठोसा मारला आणि तुम्ही तुरुंगात गेलात; स्वतःहून गेला नाहीत. अहो, हॉटेलमध्ये गेल्यावर साधा मेनू ठरवता येत नाही तुम्हाला. शितावरून भाताची परीक्षा करता येते माणसाला.

रघुनाथ :बेचाळीस साली तू असतास म्हणजे समजलं असतं तुला!

गोविंदा :त्या वेळी मी असतो तर तुम्ही १८५७च्या गोष्टी केल्या असत्या. आज भारत-भू आझाद करू, त्याच्याऐवजी 'फेकला तटावरून घोडा' अशी घौडदौड सुरू.

रघुनाथ :घोड्यावर बसायला हिंमत लागते. साधं सुलूला सांभाळता नाही आलं तुला..

गोविंदा :तो विषय काढू नका.

रघुनाथ :तुरुंगाचा काढा, सुलूचा नको. सूतकताईचा काढा, स्वतःच्या शिक्षणाचा नको.

गोविंदा :हे बघा, मी तुम्हाला सांगितलं होतं; अजूनही सांगतोय की, मी माठ आहे. मला कशातच गती नाही. माझा स्वतःवर विश्वास आहे. त्याचबरोबर हेरेडिटरीवर आहे, जेनेटिक्सवर आहे. अहो, आडातच नाही तर पोहऱ्यात कुठून येणार? तुम्ही काय शिकलात म्हणून मी शिकणार? आई काय शिकली म्हणून मी शिकणार?

रघुनाथ :अरे, हमालाच्या मुलांनी हमालच झालं पाहिजे का?

गोविंदा :हे बघा, मी माझ्याकडून होतील तितके शिकण्याचे प्रयत्न करतो आहे. पण त्याला मुळातच काही तरी असावं लागतं. ते आई-बापाकडून मिळतं. आम्हाला काय घंटा मिळालंय!

रघुनाथ :हो, आमच्याकडून काहीही देणं झालं नाही. आम्ही एकूण कमनशिबीच. चळवळीत पडलो. शिक्षण उत्साहाच्या भरात ओवाळून टाकलं. पण आता ह्या क्षणीदेखील मला त्याचा अभिमान आहे.

गोविंदा :तुमचा अभिमान ठीक आहे, पण त्यानं माझी बुद्धिमत्ता बदलणार नाही. प्रयत्न करता-करता माझ्या नाकी नऊ येतात. वाईट इतकंच वाटतं की, हे सगळं माझं मलाच कळतं हो. एखाद्या शहाण्या मुलासारखा मानेवर खडा ठेवून अभ्यास करता येत नाही मला. हे विचार फार त्रास देतात. डोकं दुखतं माझं आणि त्यातच साली सुलभा...

रघुनाथ :तू तिच्याशी बोललास का? काय सांगितलंस तिला?

[हे वाक्य घुमत राहते. सुलभा दिसायला लागते. रघुनाथ अदृश्य. गोविंदा-सुलभा बोलत राहतात.]

गोविंदा :सुलू?

सुलभा :हं!

गोविंदा :बऱ्याच दिवसांनी आलीस?

सुलभा :हं!

गोविंदा :तब्येत...

सुलभा :नाही रे, काही झालं नाही मला...

[स्तब्धता.]

गोविंदा :सिनेमाला...

सुलभा :नको...

गोविंदा : मी... ऐकतो ते खरं?

सुलभा : काय ऐकलंस बाबा तू?

गोविंदा : तुझं लग्न...

सुलभा : ते कधी तरी होणारच. मी काय जन्मभर अशीच राहणार?

गोविंदा : मी बाहेरून ऐकलं. पत्ता लागू दिला नाहीस. आम्हीच गंडलो म्हणायचे! पहिली ते अकरावी एका बाकावर बसलो.

सुलभा : तरी पण आपण लग्न करावं, असं मला खरंच वाटत नाही रे.

गोविंदा : का पण?

सुलभा : लग्नापेक्षा आपले आहेत ते संबंध मला जवळचे वाटतात. त्याला धक्का द्यावा, असं मला वाटत नाही.

गोविंदा : पण लग्नाने काय फरक पडणार आहे?

सुलभा : मला खरंच कळत नाही की, असं का होतं? मी जेव्हा लग्नाचा विचार करते, तेव्हा तू माझ्यापासून खूप लांब जातोस. मला लहानपण आठवतं. वेचलेल्या दुर्वा आठवतात. तू तर मला जाणवतोस. अरे, तुझा पहिला मुका मी घेतला गोंद्या. मी तुला प्रथम माझी मिठी दिली, पण लग्नाचं...

गोविंदा : अगं, असंच हळूहळू पुढे गेलं म्हणजे लग्न होईल.

सुलभा : ते मीलन होईल, पण लग्न होणार नाही. आणि लग्नाशिवाय ते घडावं, असं मला वाटत नाही.

गोविंदा : हिंदुत्वनिष्ठ संस्कार!

सुलभा : तसं म्हण हवं तर. पण त्यानं काय मिळणार तुला? सगळं मला शब्दात मांडता येत नाही रे!

गोविंदा : मला ते पटत नाही. आधी कधी बोलली नाहीस?

सुलभा : मी तुझा मुका घेतला ह्याचा अर्थ तसा नाही. तुला नकळत उत्तेजन मिळालं, तर माझा नाइलाज आहे. पण तुझ्याविषयी मला वाटणारं खूप नाजूक आहे. खूप हवंहवंसं आहे. तरीदेखील खूप अमूर्त आहे. मला खरंच शब्दांत पकडता येत नाही रे!

गोविंदा : शब्दांत नाही, मग गाण्यात सांगतेस? तू पतंग, मी दोरा...

सुलभा : चेष्टा करू नकोस. पण मी स्वतःला न फसवता सांगते आहे.

गोविंदा : एक चिरकालीन प्रश्न. लग्न आणि माझी आर्थिक स्थिती ह्याचा काही संबंध?

सुलभा	: तुला वाटतं तसं?
गोविंदा	: नाही, पण विचारलं. लग्नाबद्दल बळजबरी तर झाली नाही?
सुलभा	: माझ्या वडिलांना मी महाग झाले नाही गोंद्या.
गोविंदा	: कसा आहे तुझा नवरा?
सुलभा	: तुझ्याशी तुलना करून उत्तर द्यावं, अशी अपेक्षा आहे?
गोविंदा	: माझा आग्रह नाही. नको देऊस उत्तर.
सुलभा	: बोहल्यावर कळेलच.
गोविंदा	: समजा, तो बोहल्यावर आलाच नाही तर?
सुलभा	: म्हणजे?
गोविंदा	: तुला बोहल्यावर जाताच आलं नाही तर?
सुलभा	: वेड्यासारखा विचार करू नकोस.
गोविंदा	: आपण पळून जाऊ या का? लग्न नको, तसेच राहू.
सुलभा	: होऽऽ आणि बाराची वेळ झाली की परत येऊ!
गोविंदा	: हे बघ, मी... करेन नोकरी.
सुलभा	: तसं नाही रे... पण कसले हे विचार तुझ्या डोक्यात? इकडे माझ्याकडे बघ. असले विचार मनात आणायचे नाहीत. शहाण्यासारखं वागायचं.
गोविंदा	: देवाला नमस्कार करायचा. चोरी कधी करू नये. खोटं कधी बोलू नये. नुसताच मुका घ्यावा, पण लग्न मात्र करू नये.
सुलभा	: एऽऽ रागावू नको रे गोंद्या.
गोविंदा	: छेऽ छे, रागावतोय कसला! पण आनंद वाटला अगदी, मन प्रसन्न झालं माझं...
सुलभा	: मग निघू मी?
गोविंदा	: निघतेस?
सुलभा	: हो. खरेदीला जायचंय. पत्रिका घेऊन येईनच.
गोविंदा	: समजा, तुला पत्रिका वाटताच आल्या नाहीत तर?
सुलभा	: अरेऽऽ लग्न शुभ मानतात आपल्यात.
गोविंदा	: बापानी केलेले हिंदुत्वनिष्ठ संस्कार–
सुलभा	: असू देत.
गोविंदा	: पण खरंच समजा, तुला पत्रिका वाटताच आल्या नाहीत तर? माझ्या डोक्यात एक आयडिया आलीय की, तुझं पोटऽऽ
सुलभा	: पोट... काय?

गोविंदा	:नाही, नाही. पोट नाही. पोट नाही, पोपट! पोपट! विठू-विठू पोपट आहे मोठा चावट. खातो डाळ कच्ची आणि सुलू माझी....
सुलभा	:जाते मी. मनाला लावून घेऊ नकोस. (सुलभा जाते.)
गोविंदा	:मनाला लावून घेत नाही. सगळं पोटात घालतो. वाईट वाटून घेत नाही. सगळं पोटात घालतो. भूक लागली तरी अन्न पोटात घालतो. माझं पोट म्हणजे अन्नकोट! जे दिसेल ते स्वाहा- अगदी तक्षकदेखील! सगळं पोटासाठीच तर करायचं, मग तेच पोट एकदा आतून बघितलं पाहिजे; म्हणजे सालीचं कुतूहल तरी नष्ट पावेल आणि पोट खपाटी जाईल. पण सगळं पोटात घातल्यावर माझ्या डोळ्यांचं मी काय करू? मेंदूचं काय करू? पोटाचा निचरा नऊ महिन्यांनी होतो, तसा मेंदूचा निचरा कसा करू? सुलभा ही अक्षरं निरक्षर झाली पाहिजेत. शाळेत एकत्र बसलेल्या बाकावर रंधा मारून-मारून तो बाक अदृश्य झाला पाहिजे. सुलभाचा भुस्सा बंबात टाकला पाहिजे. तरी पण ओल्या भुश्श्याचा धूर फार येतो म्हणतात. धुराने डोळ्यांत पाणी. बंब पेटला पाहिजे, धूर तर आला नाही पाहिजे. गोविंद रघुनाथ कवठेकर यांची तारेवरची कसरत डोंबाऱ्यागत झाली पाहिजे.

[प्रकाश पूर्ववत् होतो. रघुनाथ दत्तो दिसतात. गोविंदा गप्प.]

रघुनाथ	:तू तिच्याशी बोललास का? काय सांगितलंस तिला?
गोविंदा	:तिला ना? तिला सांगितलं की- ताई, सुलभाताई, तुझा बाप हिंदुत्ववादी आहे. तुरुंगात गेलेला नाही. आणि अशा घरची मुलगी आमच्या घरची लक्ष्मी झालेली आम्हाला चालणार नाही. तेव्हा तायडे गं तायडे, तुझं लग्न दुसऱ्याशी ठरलं, हे फार बरं झालं. कटकट मिटली. आमचे एकत्र कुटुंब अविभक्त राहिले आणि मी नागरिकशास्त्राचा अभ्यास करायला मोकळा झालो.
रघुनाथ	:तुला सांगायचं नसेल, तर माझा आग्रह नाही.
गोविंदा	:आग्रह कसला आलाय डोंबलाचा? तुम्हाला तुमच्या तुरुंगात जाण्याचं कारण सापडत नाही आणि मला सुलूच्या भानगडीचे मूळ कळत नाही. सारखं वाटतं, ही सुलभा साली पूर्वजन्मीची राणी एलिझाबेथ असली पाहिजे. तिचा बाप पंचम जॉर्ज... भो पंचम जॉर्ज! भोऽ भोऽ सुलभा! सुलू इज डेड, लाँग लिव्ह सुलभा!

[एकदम हाका ऐकू येतात. गोंद्याऽऽ ए गोंद्याऽऽ गोविंदा एकदम उठतो.

सैरावैरा पळू लागतो. एकदम रुबाबदार इसम दिसायला लागतो. त्याच्याजवळ गोविंदा जातो. फक्त गोविंदावर प्रकाश.]

आलीऽ आलीऽ आली! साहेब, इतका वेळ आमच्या वडिलांचा मासला बघितलात आणि तो बघून तुम्हाला पण टाकीत टाकावंसं वाटलं त्यांना, तर मी तुम्हाला दोष देणार नाही. मी आई-वडिलांचा खून केला म्हणत होतात ना? आता बघा- ही आली. मांगल्याचे प्रतीक, सद्भावनांचे गोकुळ, तारुण्याची मूर्ती, देशभक्तीची प्रीती, ह्या घराची कुलस्वामिनी, माझ्या वडिलांची पत्नी आणि ह्या गोविंदाची माता अनसूयाबाई आली. अहो, ही माझी कसली आई? ही तर श्यामची आई!

[प्रकाश पूर्ववत्. इसम अदृश्य. रघुनाथ दत्तो दिसतात. अनसूयाबाई येतात. वयस्क, केस पिकलेले. अंगी उत्साह. हातात सत्यनारायणासाठी केळीचे खुंट. लगालगा धावपळ चालू आहे.]

अनसूया : गोंद्या, आलास का? हे कुठायत?

रघुनाथ : जातो. स्नानास चाललोय. मंडई झाली वाटतं?

अनसूया : म्हणजे अजून कोरडेच? अहो, घर म्हणजे काय येरवडा आहे पारोसे राहायला? (रघुनाथ दत्तो जातात.) हे धर गोंद्या- (गोविंदा सामान घेतो.) मी हातपाय धुऊन आले.

गोविंदा : याऽ या आई अनसूयाबाई... माझी श्यामची आई. केळीचे खुंट. रात्र तेविसावी. केळीच्या पानाचा उंच गेलेला डेंगा खाली वाकून त्या पानाचे टोळे करून कुणी रे वाजवले?
[आई येते.]
आई, पायाला घाण लागू नये म्हणून जशी जपतेस तशीच मनालाही घाण लागू नये म्हणून जप हो! श्यामची आई, पान एकोणतीस.

अनसूया : करा, सदा टिंगल करा लोकांची.

गोविंदा : सारखं साने गुरुजींच्या साखरआंब्यात मुरत ठेवल्यावर दुसरं तरी काय करणार?

अनसूया : राहिला असता त्यांच्या सहवासात, म्हणजे समजलं असतं. काय गोष्टी सांगायचे- ऐकणारं माणूस नुसतं तल्लीन होऊन जात असे!

गोविंदा : त्यांच्या फक्त गोष्टीच तुम्हाला आठवणार, दुसरं काहीही नाही.

अनसूया : तुला सांगते- एकदा तुरुंगात सर्व राजकीय कैद्यांनी मातृदिन पाळावा

असे ठरले आणि तुझ्या वडिलांनी रात्र ३९ वी वाचून दाखविली. कुठली बरं...

गोविंदा : 'सारी प्रेमाने नांदा.' मला पाठ आहे. कुठली रात्र म्हणू? मोरी गाय, पर्णकुटी, श्रीखंडाच्या वड्या, दुर्वांची आजी, सांब-सदाशिव पाऊस दे, तू वयाने मोठा नाहीस टिंब टिंब टिंब मनाने- लगेच सुरू करतो... राम होता. रहीम होता. सदानंद होता. जगदाळे कोपऱ्यात बसला होता. सुमन, गिरिजाही होत्या. श्याम आल्यावर सगळेच गप्प बसले. श्यामने विचारले, दर्ग्यातला इस्माईल आजारी का रे सदा? अरे गड्या, मग जाऊन बघून नाही का यायचंस? जा बरं, जा. श्यामच्या आईला मी कसा विसरेन?

बरं, मग पुढे काय झालं?

अनसूया : कितीही चेष्टा केलीस तरी ते आता अक्षरवाङ्मय आहे. तुझे वडील वाचताहेत. श्यामच्या आईच्या शेवटच्या आजाराचे वर्णन त्यांना वाचवेना. डोळ्यांतून नुसत्या घळघळा-घळघळा धारा. सगळ्या तुरुंगातलं वातावरण नुसतं सुन्न झालं.

गोविंदा : आणि ते सुन्न वातावरण आपल्या घरात घुसलं. माझा अहिंसक पिता मला म्हणू लागला- गोंद्या, पाठ झाला का श्लोक? नाही? मग खा मार. फोकाचे फटके सुरू. पाठ होत कसा नाही? पुन्हा फटके. नकोऽ नको, मला मारू नका. मी पाठ करतो हो, मी पाठ करतो. (गोविंदा मुसमुसत श्लोक म्हणतो.)

नेत्री दोन हिरे प्रकाश पसरे अत्यंत ते साजिरे।
माथा शेंदूर पाझरे वरि बरे दुर्वांकुरांचे तुरे।।
माझे चित्त विरे मनोरथ पुरे देखोनी चिंता हरे।
गोसावी सुत वासुदेव कवि रे त्या मोरयाला स्मरे ।।

अनसूया : तेव्हा त्यांचं ऐकलंस म्हणूनच हे आजचे दिवस दिसतायत.

गोविंदा : होऽऽ आणि ऑक्टोबरला विषय राहताहेत.

अनसूया : एकेकाचे भोग असतात. आपण तर आपल्याकडून काही कमी प्रयत्न केले नाहीत.

गोविंदा : तू तुरुंगात गेलीस, हाही असाच भोग.

अनसूया : नाही, त्या वेळची परिस्थिती वेगळी होती.

गोविंदा : न जाऊन सांगणार कुणाला? दादाच आश्रमाचे संचालक.

अनसूया	:आश्रमाबद्दल बोलण्याचे काम नाही. तुझ्या नादी लागण्यात काही अर्थ नाही. जा, जरा चौरंगाला खुंट बांधून दे. आता गुरुजी येतील पूजेला.
गोविंदा	:(खुंट हाती घेत) सुतळीनं बांधू, की तुम्ही कातलेल्या सुतानं बांधू?
अनसूया	:आचरटपणाने बोलू नकोस.
गोविंदा	:आश्रमात असं बोलत नसत.
अनसूया	:खरोखरीच असं बोलत नसत. असं वागतदेखील नसत. एकदा मी पहाटेची प्रार्थना चुकविली.
गोविंदा	:काय म्हणतेस काय श्यामची आई, प्रार्थना चुकविलीस?
अनसूया	:तर काय करणार? आश्रमात सडा घालण्याचं काम माझ्याकडे. एक दिवस सडा टाकता शीळ कानी आली. मी बाई बावरले. म्हटलं, कोण बरं शीळ घालत असेल? दादांनी ऐकलं तर? नजर वर गेली आणि पाहते तो तुझे वडील झाडावर बसलेले. तोंडात कडुलिंबाची काडी. म्हटलं, काय हे? आधी खाली उतरा बरं! कुणी पाहील ना! आमच्या दोघांचे पाय मग हलकेच आश्रमामागच्या टेकडीकडे वळले. थंडीची टेकडी नुसती हिरवा शालू ल्याली होती. ते म्हणाले, रात्रभर झोपलोच नाही. रात्री एकदम अतिरेकी जाधव आश्रमात लपत-लपत आला आणि म्हणाला, चल माझ्याबरोबर. तुझे वडील म्हणाले, येणार नाही. आरडाओरडीची धमकी जाधवाने दिली. म्हणून चार-पाच लोकांना त्याच्याबरोबर जावं लागलं. गावाबाहेर गेले. एक मोठा विजेचा खांब. पायलॉन म्हणतात त्याला. तो पाडायचा होता, म्हणजे आख्ख्या शहराची वीज बंद पडली असती. खांबाला चार पाय असत. जाधव म्हणाला की, काल रात्री तीन पाय कानशीने घासून तोडलेले आहेत, आता आपण फक्त चौथ्या पायाला दोर बांधून ओढायचं म्हणजे खांब खाली येईल. हे चार-पाच लोक रात्रभर खांब ओढत होते. पाच वेळा दोर तुटला. सकाळ होण्याची वेळ झाली तेव्हा जाधव म्हणाला की, अरेरे, परचुरेनी घोटाळा केला. खांबाचे तीन पाय कानशीने तोडायचेच विसरले. मी फक्त तुझ्या वडिलांना इतकंच म्हटलं की, हे सगळं दादांना कळलं तर दादा मौन पाळतील. मग त्यांनी तशी शपथ घेतली. जाधवाबरोबर कधीही जायचं नाही, फक्त ओळख ठेवायची. गडबडीत प्रार्थना टळून गेली. परत आल्यावर दादा फक्त इतकंच म्हणाले की, टेकडीवर गारठा फार असतो म्हणे. बस्स,

एवढंच.

गोविंदा : आणि त्या पापाचे क्षालन म्हणून आपण उभयतांनी उपोषण केलं.
फक्त लिंबूपाणी. भूक लागली की रघुनाथ दत्तो लिंबू पिळायचे,
श्यामची आई पाणी. परत भूक लागली की श्यामची आई लिंबू,
रघुनाथ दत्तो पाणी. आणि मग ते द्रावण प्राशन करायचे. आश्रमवासी
म्हणत राहायचे, लिंबाचा साठा फारच खपला गं अनसूये! हीऽ हीऽ
हीऽऽ एकच हशा.

अनसूया : (पिसाळते) मी बजावून सांगते गोंद्याऽऽ मला चेष्टा खपत नाही.

गोविंदा : चेष्टा नाही. श्यामची आई माझ्या रक्तात भिनलीय. गोष्टी कशा
क्रमाने घडत गेल्या बघ– तुझे वडील आश्रमाचे संस्थापक म्हणून
तू तुरुंगात गेलीस आणि तू स्वातंत्र्यसैनिक झालीस म्हणून माझी
आई श्यामची आई. पुस्तकात पुस्तक बेचाळीस रात्री आणि सिनेमात
सिनेमा म्हणजे जागृती. सारखं आपलं...

दे दी हमे आजादी बिना खड्ग बिना ढाल
साबरमती के संत तूने कर दिया कमाल

म्हणून मग मला श्यामची आई पाठ करावी लागली. तुमच्या तुरुंगाचे
गज माझ्याभोवती अलगद घेऊन पडले आणि त्याचा नैसर्गिक तुरुंग
तयार झाला. मला बेचाळीसच्या लोणच्यात मुरत ठेवलंत तुम्ही. मी
आणि रघुनाथ दत्तो ह्यांचं कडबोळं तयार झालं. खोटं कधी बोलू
नये, चोरी कधी करू नये. इतके दिवस माझ्या तुरुंगात सुलभा तरी
होती. आता तिचीही पण सक्तमजुरी संपून गेली. आता रघुनाथ दत्तो,
तू आणि मी– बसा झब्बू खेळत. बोंबला तिच्यायलाऽऽ सगळे राडे
झालेत!

अनसूया : सुलभा कुठाय गोंद्या? चाळीत लोक कुजबुजतात! तू काय बोललास?
[गोविंदा गप्प.]
सुलभा बेपत्ता आहे, असं म्हणत होते खाली चाळीत.

गोविंदा : चाळीत लोक वाटेल ते बोलतात. तुम्ही यात्रेला गेला होतात तेव्हा
काय म्हणत होते, माहीत आहे... मी तुम्हा दोघांचे खून करून प्रेते
गच्चीवरच्या टाकीत फेकलीत म्हणून!

अनसूया : काय अघोरी विचार गोंद्या! पण सुलू तरी चमत्कारिकच.

गोविंदा : बरं ठरलं तिचं. नाही तरी मला नकारच द्यावा लागला असता.

अनसूया	: म्हणजे?
गोविंदा	: म्हणजे माझं जमलंय दुसरीकडे.
	[रघुनाथ दत्तो पंचाने पाठ पुसत, तोंडाने गीतेचे श्लोक म्हणत येतात.]
अनसूया	: अहो, हा काय म्हणतोय- लग्न जमलंय म्हणतो.
रघुनाथ	: म्हणजे सुलभाचा काय निरोप?
अनसूया	: नाही, दुसरीकडे जमलं म्हणतोय.
रघुनाथ	: कोण मुलगी आहे?
गोविंदा	: माया. माया चिडगुपकर. चिडगुपकरकाकांची मुलगी.
	[रघुनाथ दत्तो परत श्लोक म्हणू लागतात.]
रघुनाथ	: जळ्ळळं मेलं लक्षण! ही कसली अघोरी थट्टा?
गोविंदा	: तुम्हाला काहीच माहिती नाही? चिडगुपकरकाका ब्रह्मचारी असले तरी त्यांना मूल होऊ नये का?
	[श्लोक सुरू.]
	त्यांचे अनैतिक संबंध आहेत.
अनसूया	: कुणाशी?
गोविंदा	: आपल्या चंद्रा मोलकरणीशी. तिची मुलगी काकांपासनं झाली. राहते चंद्राकडे, पण पोसतात काका.
अनसूया	: पण असं कसं? चंद्री बोलली नाही.
गोविंदा	: चिडगुपकर बोलले?
अनसूया	: अरे, पण इतकी वर्षे भांडी घासते ही...
गोविंदा	: नुसती भांडी घासून मुलगी होत नाही. त्याला चिडगुपकरकाकाच लागतात.
अनसूया	: तरीच, त्यांची भांडी आधी घासते टवळी!
रघुनाथ	: उगाच सुतावरून स्वर्ग गाठू नका. ते आल्यावरच आपण त्याची शहानिशा करू. चिरंजीवांनी विवाहाचा विचार डोक्यातून कमी करून ऑक्टोबरचे विषय आठवावेत, असे मात्र मनापासून वाटते.
अनसूया	: अरे, पण भांडी घासणारी मुलगी-
गोविंदा	: अगं आई, काय भांडी घासते... बंब म्हणू नका, पातेलं म्हणू नका, सगळं आपलं चकचकीत करते!
अनसूया	: त्या सुलभाचं काय केलंस?
गोविंदा	: मी काय करणार?

अनसूया : लोक फार भयंकर बोलतात रे तुमच्याबद्दल. माझं डोकं गरगरतंय. मी काकांना हाक मारते. चिडगुपकरऽऽ अहो बळवंतरावऽऽ

[गोविंदा चौरंग घेऊन आत जातो. एकदम सुलभाचा बाप प्रवेश करतो.]

सुलूचा बाप : बळवंतरावांच्या घराला कुलूप आहे अनसूयावहिनी. मी आलोय सुलभाचा बाप– (रघुनाथकडे बघून) हिंदुत्वनिष्ठ बाप. गोंद्या कुठाय?

अनसूया : तो– तो बाहेर गेलाय.

सुलूचा बाप : गोंद्या कुठाय रघुनाथ?

[गोविंदा प्रवेश करतो.]

गोविंदा : आहे, अजून जिवंत आहे. काय काम आहे? आत गेलो होतो पूजेचा चौरंग ठेवायला.

रघुनाथ : आता पूजा उरकूनच जा. आज पंधरा ऑगस्ट.

सुलूचा बाप : सुलभाचं काय केलंस?

गोविंदा : मी काहीही केलेलं नाही.

सुलूचा बाप : थोबाड फोडीन बघ खोटं बोललास तर!

गोविंदा : दम कुणाला देतो रे भडव्याऽ! आता शिट्टी मारली तर पोरं येतील नि तुझा पार मैया करतील. जा नाऽऽ जा घरी!

अनसूया : गोविंदा, अपशब्द मागे घे.

गोविंदा : हा तुझा आश्रम नाही श्यामची आई आणि शब्द मागे घ्यायला मी काही कंपॉझिटर नाही.

सुलूचा बाप : गोंद्याऽऽ (प्रचंड चिडतो. एकदम खचतो. खाली बसतो आणि धाय मोकलून रडतो.)

रघुनाथ : हे बघ, तू मला सगळं सांग बरं शांतपणे.

सुलूचा बाप : संपलं! रघुनाथ, सगळं संपलं. तुझ्या पोराशी सुलूचं लग्न ठरतं तर आनंदच वाटला असता. पण ही पोरटी मला एक शब्दानेही बोलली नाही रेऽ! तोच सुलूच्या आईच्या माहेराहून एक स्थळ आलं आणि पसंत पडली सुलभा. हे कळल्यावर तुझा पोरगा पहाटे सुलूच्या खोलीत गेला आणिऽऽ

रघुनाथ : बलात्कार...? आणि गोविंदाऽ तू?

सुलूचा बाप : त्याहीपेक्षा भयंकर कृत्य! त्याने माझ्या पोरीच्या पोटावर ब्लेडनी वार केले रे रघुनाथ! आतडं बाहेर आलं तिचं. मेली असती तर सुटलो

असतो, पण ती जिवंत राहिली आणि तिचे आतडे आत जात नाही. सर्व उपाय हरले. सगळा दैवी चमत्कारच म्हटला पाहिजे.

रघुनाथ : अरे, पण हे कसं शक्य आहे?

अनसूया : (रडत) शक्य नाहीऽ असं होणं शक्य नाही! सुलूची आई कशी आहे?

सुलूचा बाप: देवाचा जप करते आहे. काही खात नाही, पीत नाही. डोळे मिटून जप चालला होता, तेव्हा गॉगल दिला घालायला. आता गॉगल लावून जप चाललाय.

रघुनाथ : सगळंच गूढ वाटतंय. विश्वास बसत नाहीये.

सुलूचा बाप: तुझ्या पोराला विचार, म्हणजे बसेल विश्वास. पोलिसांत सांगावं तर आपले संबंध हे असे, शिवाय तुझ्या पोराचं आणि सुलूचं लफडं होत. म्हणे! अरे, आभाळंच फाटलंय तर... ठिगळं कुठे कुठे शिवणार? अरे, आता निदान काढलेलं आतडं आत तरी घाल, नाही तर पोरीला पदरात तरी घे. एवीतेवी लग्न मोडलंसच तिचं!

गोविंदा : ऐका, सगळे ध्यान देऊन ऐका. मी काहीही केलेलं नाही. हा थेरडा माझ्यावर निष्कारण आरोप करतो आहे.

सुलूचा बाप: कोर्टात खेचीन तुला.

गोविंदा : खेचा, मला कोर्टात खेचा. मी भीत नाही. पोलिसांना कळवा. मी भीत नाही. कारण मी सुलूचा विचारच केलेला नाही. माझं लग्न मायाशी ठरलंय. म्हणून म्हणतो- मला खालच्या कोर्टात, वरच्या कोर्टात खेचा. अगदी टेनिस कोर्टात खेचलं तरी मी टेनिस खेळत राहीन. तुम्ही फक्त चेंडू आणून देत चला. हे वकील आलेत, त्यांना विचारा. हे न्यायमूर्ती आलेत, त्यांना विचारा. ह्या शिरस्तेदारांना विचारा. (गोविंद रघुनाथ कवठेकर हाजीर हैऽऽ अशा ललकाऱ्या. प्रकाशझोत बदलत राहतात. सुलूचा बाप, रघुनाथ दत्तो, अनसूयाबाई जागच्या जागी अवाक् होऊन उभे राहतात. सस्पेन्स संगीत वाजत राहते. एक वकील आणि गंजिफ्रॉक, नाईट लेंगा, वरती टोप लावलेला वयोवृद्ध जज्ज प्रवेश करतो. गोविंदाला पाहताच वकील एकदम ओरडतो.)

वकील : तर आरोपी कवठेकर, सुलभाशी तुझी ओळख कधी झाली?

गोविंदा : एऽऽ जा घरी! उगा पिळू नकोस.

वकील : युवर ऑनर, आरोपी उद्धट आहे. त्याला ताकीद द्या.

जज्ज : (जांभई देत) कुणाला ताकीद देऊ म्हणता?

वकील : ह्याला.

[जज्ज गोविंदाला न्याहाळतो.]

जज्ज : मग तुम्हीच द्या. आमचे ऐकेल असे वाटत नाही.

गोविंदा : तुमचा बाप ऐकेल!

जज्ज : बघा, मी म्हटलं नव्हतं? आरोपी माझा बाप काढतो.

वकील : कमाल झाली! अहो, तुम्ही नाही तर कोण ताकीद देणार?

जज्ज : तुम्हीच द्या.

वकील : आम्हीच काय द्या! तुम्हाला इथं ठेवलंय कशाला?

जज्ज : मी जीवाला त्रास करून घेत नाही. मला एक्स्टेन्शन मिळालेलं नाही अजून नोकरीत! जाऊ दे, मरू दे!

वकील : युवर ऑनर... अहो, आरोपीने बाप काढला तुमचा!

गोविंदा : चूक. युवर ऑनर, मी तुमचा बाप काढला नसून तुमच्या बापानी तुम्हाला काढलंय.

वकील : (ओरडत) युवर ऑनरऽऽ

जज्ज : ओरडू नका होऽ ओरडू नका. शांत व्हा बरं, शांत. म्हणा, शांत-शांत.

वकील : शांत! शांत! शां...

जज्ज : दोनदाच पुरे.

वकील : (पुन्हा उसळत) युवर ऑनर...

जज्ज : मला कळलं, मी युवर ऑनर आहे. पुढे बोला.

वकील : युवर... सॉरी, आरोपीला झापा. लवकर झापा, नाही तर मी झापीन.

जज्ज : अजून मला नोकरीत एक्स्टेन्शन नाही, तरी मीच झापा? मी नाही झापणार.

वकील : मग तुम्ही करणार तरी काय?

जज्ज : दोन्ही बाजूचे ऐकून घेणार आणि न्याय देणार. तुम्ही न्यायदेवतेचा पुतळा बघितला नाही वाटतं? तरी आज गडबडीत तराजू आणायचा राहून गेला माझा.

वकील : अहो, ही काय मंडई आहे काय युवर ऑनर!

गोविंदा : ए वेडाऽऽ (वकील एकदम वळून बघतो.) बघा युवर ऑनर, मी वेडा अशी हाक मारल्यावर ह्याने वळून बघितलं. मी वेडा नाही आणि मी वेडा ठरलो तर निर्दोष सुटेन. तेव्हा सारासार विचार करा आणि न्याय द्या.

जज्ज : न्याय काय द्या! आरोप काय आहे वकील?

वकील : आरोप महाभयंकर आहे युवर ऑनर. इतका भयंकर आहे की, तुम्ही तो न ऐकताच न्याय दिला पाहिजे. आता तुमचा आग्रहच आहे म्हणून सांगतो. युवर ऑनर, आरोपी कवठेकर क्रूर आहे. क्रौर्याचा अर्क आहे. पापाची आयुर्वेदिक रसशाळा आहे. युवर ऑनर... जिच्याबरोबर सबंध बालपण घालवलं, चिंचेचं बुटुक खाल्लं, जिच्याबरोबर एका बाकावर बसला अशी एक जीवश्च-कंठश्च मैत्रीण सुलभा- तिचं लग्न ठरलं. पण आरोपी कवठेकरचं सुलभावर प्रेम होतं. पण युवर ऑनर, दुर्दैवाची गोष्ट अशी की, सुलभाचं प्रेम आरोपीवर नव्हतं. नव्हतं, नव्हतं. तिनं लग्न आपल्या पसंतीनं ठरवलं म्हणून आरोपी कवठेकर पिसाळला आणि एका पहाटे तो सुलभाच्या खोलीत खिडकीतून घुसला. ब्लेड काढले आणि सुलभाच्या पोटावरून अत्यंत निर्घृणपणे आडवेतिडवे वार केले. नव्हे-नव्हे, मी तर असे म्हणेन की, आरोपी कवठेकरने स्वतःच्या हाताने स्वतःचे बालपण रक्तबंबाळ करून टाकले. सुलभा मेली पण नाही आणि तिचे आतडे आत पण गेले नाही. तेव्हा अशा क्रूर आरोपीस आपण जास्तीत जास्त शिक्षा द्यावी, म्हणजेच तुम्हाला नोकरीत एक्स्टेन्शन मिळेल आणि मोक्षप्राप्ती पण होईल.

जज्ज : आरोपी कवठेकर, तुला ह्यावर काही बोलायचंय्?

[स्तब्धता.]

गोविंदा : (एकदम) मला इष्काची इंगळी डसलीऽऽ बाई गंऽ बाई गंऽऽ

जज्ज : (दाद देत) वाऽऽ

वकील : युवर ऑनर, आरोपी भर कोर्टात लावणी म्हणतो आणि तुम्ही दाद देताय?

जज्ज : एक्स्टेन्शन नाही, निदान लावणी तरी ऐकू दे.

वकील : अहो, लावणी काय ऐकताय? शिक्षा द्या.

जज्ज : आरोपी कवठेकर, तुला गुन्हा कबूल आहे?

गोविंदा : युवर ऑनर, मला आरोप नाकबूल आहे, कारण सुलभाचे पोट अजून इनटॅक्ट आहे. मी त्याला धक्का लावलेला नाही.

वकील : सिद्ध करा- आरोपी कवठेकर, तसा पुरावा सादर करा!

जज्ज : आरोपी कवठेकर...

गोविंदा : ओ ऽऽऽ

जज्ज : ओ काय देता? तशी पद्धती आहे. मी तुम्हाला आरोपी म्हणायचं, तुम्ही मला युवर ऑनर म्हणायचं. अशी मजा करायची. तेव्हा हे वकील म्हणतात तसा पुरावा ताबडतोब आपण हजर करा.

गोविंदा : लगेच करतो. युवर ऑनर, सरकारी वकील, सुलभाचा हिंदुत्वनिष्ठ बाप आणि माझ्या साने गुरुजींच्या धडपडणाऱ्या मुलांनो... माझी एक अट आहे. सुलभा जिवंत आहे. तिचे पोट आहे तसेच आहे आणि मी निर्दोष आहे. पण मी तुम्हाला सांगतो तसं म्हणा, म्हणजे सुलभा लवकर येईल आणि मी निर्दोष सुटेन. तेव्हा म्हणा, 'सुलभा आली, सुलभाची पावलं आली'...

'सुलभा आली, सुलभाची पावलं आली-'

[प्रथम कोणीच म्हणत नाही. दरडावल्यावर सगळे सूर धरतात. प्रकाशझोत बदलतात. स्वप्नील संगीत वाजते आणि सुलभा प्रवेश करते. ठसठशीत कुंकू, जाड मंगळसूत्र. सगळे वरील वाक्य म्हणतच राहतात.]

गोविंदा : सावकाश! मुली, तुझं नाव सांग बरं!

सुलभा : मिसेस सुलभा नितीन एरंडे.

गोविंदा : सुलभा नितीन एरंडे? नितीन नाव आहे होय तुझ्या आयलाऽऽ! बरं, तुझं पोट कसं आहे?

सुलभा : इश्य! काही तरीच काय?

गोविंदा : तरी पण?

सुलभा : अरे, आता तर झालं लग्न. इतक्यातच कसं?

गोविंदा : एरंडे, तुझं पोट दाखव बरं ह्या न्यायमूर्तींना-

सुलभा : (पदर सावरत) काही तरीच काय गोंद्या! झाली सगळी तयारी?

गोविंदा : कसली तयारी एरंडे?

सुलभा : अरे, आज पंधरा ऑगस्ट नाही का? तुमच्याकडे सत्यनारायण असतो आज. मी नेहमीसारखी तीर्थप्रसादाला आलेय. म्हटलं, लग्न झालं तरी रीत सुटायला नको.

गोविंदा : (गोंधळलेला) अंऽऽ पूजा? हो- हो, झाली ना, तयारी झाली. मी सुटलो की, लगेच पूजा सुरू होईल.

सुलभा : सुटलो म्हणजे?

गोविंदा : अगं, खटला चालू आहे ना. एक मिनिट... (एकदम) देखा आपने युवर ऑनर! एरंडे जिंदा है और उसका पेट भी अच्छा है, तो फिर अभी हुकूम करो, मुजरिमको फौरन रिहा किया जाय.

जज्ज : सर्व पुरावा नीट ध्यानात घेऊन आरोपी कवठेकर हा निर्दोष ठरविण्यात येत आहे आणि आरोपीने आमच्या कनिष्ठ कन्येशी विवाह करावा, असे ठरविण्यात येत आहे.

वकील : कवठेकर, फसू नको. ज्येष्ठ कन्या माझ्या गळ्यात मारलीय. कनिष्ठ कन्येचा उजवा डोळा सपुष्प आहे. डावा पाय अर्ध्या इंचाने कमी आहे.

जज्ज : तेव्हा आरोपी कवठेकर यास निर्दोष मुक्त करण्यात येत आहे.

गोविंदा : निर्दोषऽ हम निर्दोष है! सत्याचाच अखेर विजय झाला. जिंदाबादऽ जिंदाबाद! जिंदाबाद! ये मोहोब्बत जिंदाबादऽऽऽ (वरील ओळी म्हणत आनंद व्यक्त करतो.)

[वकील, जज्ज आत जातात. इतर सगळे 'चला पूजेला, चला पूजेला, गुरुजी आले' म्हणत आत जातात. सुलभा पण जाते. रुबाबदार इसम पहिल्या जागी बसलेला दिसतो. हातात काचेच्या गोट्यांचे खोके असते.]

पाहिलंत साहेब, मी निर्दोष आहे. मी जिंदाबाद आहे. झालं समाधान? कळलं, मी दोन दिवस कुठे होतो? आणि आमचे जन्मदाते काय करतात ते? साहेबऽऽ (ओरडतो)

इसम : ओरडून काही फायदा नाही. इथे कोणीही येऊन गेलेले नाही. सगळे तुमच्या मनाचे खेळ चाललेत. मनामध्ये इतका प्रभावीपणे विचार चमकून जातो की, तुम्हाला वाटतं- ते प्रत्यक्ष घडतंय. अहो, आई-वडील यात्रेला गेले म्हणता, मग इतक्या लवकर ते येणं कसं शक्य आहे? ह्या घरात आपण दोघेच होतो आणि दोघे आहोत, बाकीचे सगळे तुमच्या मनाचे खेळ. प्रत्यक्षात इथे कुणी येणं शक्य आहे?

गोविंदा : (हळूहळू खचत चाललाय.) नाहीऽ नाहीऽ नाही...

इसम : ज्या माणसाचा विचार तुमच्या मनामध्ये येतो, तो माणूस तुम्हाला समोरच दिसतो; त्याला मी काय करणार? माझं समाधान ह्यानं होणार नाही. सुलभा इथे आली म्हणता- ज्या व्यक्तीचा तुम्ही तुमच्या हाताने खून केलात, ती व्यक्ती इथे येणं कसं शक्य आहे? कुठला

जज्ज पायजमा आणि गंजिफ्रॉक घालून कोर्टात जातो? प्रत्यक्षात असं घडलेलं नाही. पण बोलण्यातून चित्र मात्र अगदी लख्ख उभं केलंत. पण ते तुमच्या मनाचं विश्व होतं, घडलेल्या गोष्टी नव्हेत. आणि माझ्या प्रश्नांची ही उत्तरे नव्हेत!

गोविंदा : तुम्ही कोण? तुमचा संबंध काय माझ्याशी?

इसम : मला माझ्या प्रश्नांची उत्तर हवीत.

गोविंदा : (एकदम आठवते.) पुरावा...! माझ्याजवळ पुरावा आहे. आई-वडील यात्रेला गेलेत आणि तसं त्यांनी लिहिलेले पत्र माझ्याजवळ आहे.

इसम : कुठाय पत्र?

गोविंदा : हे पाहा. (काढून देतो.)

इसम : मी बघू? म्हणजे विश्वास असेल तर..

गोविंदा : बघा...

इसम : (पत्र वाचतो. छद्मीपणे हसतो.) तरीदेखील माझ्या प्रश्नांची उत्तरे अनुत्तरितच राहतात.

गोविंदा : साहेब, माझा अंत पाहू नका. आपण चिडलो म्हणजे लै वाईट माणूस आहे. आता शिट्टी वाजविली, तर पोरं येतील आणि पार मैया करून टाकतील तुमचा!

इसम : दम कुणाला देता? मी सुलूचा बाप नाही.

गोविंदा : एवढा पुरावा दिला तरी तुमचं समाधान नाही?

इसम : तो पुरावा नाही, कारण ते पत्र तुम्ही स्वतःच लिहिले आहे. तुमचं हस्ताक्षर मी जाणतो. इतका वेळ तुम्हाला धारेवर धरणारा इसम इतका दूधखुळा असेल का? सुलभाचा खून केल्यानंतर तुम्ही घरी आलात... हे पत्र लिहिलंत आणि आई-वडील सापडत नाहीत.

गोविंदा : नाही... नाही... मी... मी... हे पत्र लिहिलेलं नाही.

इसम : या कागदावर दोन ओळी लिहा म्हणजे दाखवतो.

गोविंदा : नाही... मला... मला लिहिता येत नाही. मी शाळेतच गेलो नाही.

इसम : कवठेकर, मला प्रश्नांची उत्तरं हवीत. आई-वडील कुठायत?

गोविंदा : ते- ते अजून तुरुंगात असतील. ब्रिटिशांनी त्यांना पकडलं आणि भारत सरकारने शिक्षा वाढवली.

इसम : तुमच्या घरची गच्ची खूप मोठी.

गोविंदा : हो, खूप मोठी.

इसम : गच्चीवर ठेवलेली पाण्याची टाकी पण मोठी.

गोविंदा : हो, टाकी मोठी.

इसम : त्या टाकीचं पाणी तांबडं. टाकी वाहून चाललीय. सबंध गच्ची पाण्यानं भरलीय. सूक्ष्म दुर्गंधी वाढत चाललीय आणि तुमचे आई-वडील...
[फक्त गोविंदावर प्रकाश.]

गोविंदा : नाहीऽ नाहीऽऽ नाहीऽऽ! मी त्यांना मारलेलं नाही. मी सुलूला काहीसुद्धा केलेलं नाही. कारण प्रेयसी आणि मैत्रीण यातला फरक मला कधीच कळला नाही. मघाशी मी एक मुलगी बघितली. सौ. सुलभा नितीन एरंडे... ती... माझी लहानपणची मैत्रीण की प्रेयसी? मी कुणाचं पोट फाडणार होतो? प्रत्येक वेळी माघार घेतली आणि मनातले विचार मनातच राहिले. सुलूच्या आई, काही तरी खा होऽऽ मी तुमच्या मुलीला काही केलं नाही. सुलूच्या आई, काही तरी खा हो. निदान गॉगल काढून तरी जप करा, म्हणजे देवाला वाईट वाटणार नाही. समस्त चाळकरी बंधूंनो, तुमची पाण्याची टाकी स्वच्छ आहे. आत अडगळ पडलेली नाही. पाणी स्फटिकासारखे निर्मळ आहे. रात्री पौर्णिमेचा चंद्र अगदी स्पष्ट दिसतो. पण चंद्रावर सशाऐवजी रघुनाथ दत्तो दिसतात. आणि शेजारी श्यामची आई. ही सानेगुरुजींची धडपडणारी मुलं चंद्रावर अशी ऐटीत बसलीयत, जणू मंडईचा गणपतीच!

मी त्यांना कोण मारणार? मारायला लागलो की, ते चंद्रावर जातात आणि माझे विचार मनातच राहतात. चंद्राचं, आश्रमाचं, बकुळीच्या कुंजवनाचं आणि माझं जन्माचं वाकडं; त्याला मी तरी काय करणार? त्यांना ते तुरुंगात का गेले, ह्याचं कारण सापडत नाही. अतिरेकी जाधव वाईट का, ह्याचं उत्तर सापडत नाही. आणि मला प्रेयसी अन् मैत्रीण ह्यातला फरक कळत नाही. कसलीच कारणं सापडत नाहीत. सतत आंधळी कोशिंबीर चालू.

तरी पण मनातून खरंच वाटतं. टाकीचं पाणी लालभडक होऊन जावं. प्रचंड दुर्गंधी चाळीत माजावी आणि आतड्याखालचं गर्भाशय काढून बाटलीत भरून ठेवावं... म्हणजे आज नाही तरी उद्या कारणं सापडतील आणि दुर्गंधी वाढली की, सगळ्या चाळीला समजेल की मनाला पटणारं कारण नावाची गोष्ट फक्त खरीच असते. प्रत्येकाजवळ

ती असते. पण सांगताना मात्र त्याची गुजगोष्ट होऊन जाते आणि माझी आई श्यामची आई होते. नाही साहेब, नाही. मी काही केलं नाही. मला सोडवा ह्यातून. मला मैत्रीण आणि प्रेयसी यातला फरक माहीत नाही. मला टाकी माहीत नाही, कारण मी प्लंबर नाही साहेब. धावा... विठोबाऽ धाव... मंद चालू नकोस, धाव. हे बडवे मला मारतायत. विठोबाऽ धाव.

[प्रकाश पूर्ववत् होतो. रुबाबदार इसम गोविंदाचा हात पकडून त्याला इंजेक्शन देत असतो. मागे घरातील सर्व मंडळी उभी- रघुनाथ, आई, चिडगुपकर.]

गोविंदा : साहेब, अखेर तुम्ही डॉक्टर निघालात!

डॉक्टर : (रघुनाथ दत्तो यांना) मी त्याला झोपेचं इंजेक्शन दिलंय. थोड्याच वेळात शांत झोपेल तो.

[रघुनाथ दत्तो आणि डॉक्टर गोविंदला कॉटवर निजवतात.]

अनसूया : पोरगा जीवाचं काही बरं-वाईट तर करून घेणार नाही ना?

डॉक्टर : छेऽऽ छे! तुम्ही काही काही काळजी करू नका. त्या मुलीमुळे फार दुखावला गेलाय तो. त्याला विश्रांती मिळाली पाहिजे खूप. तात्पुरती फेज असते ही. सॉर्ट ऑफ नर्व्हस ब्रेकडाऊन. पण मी बराच बोलता केला त्याला. तेव्हा घाबरायचं काही कारण नाही. बरं.. चिडगुपकर,

[चिडगुपकर आणि डॉक्टर एका बाजूला होतात.]

एक गोष्ट मला हिस्टरीवरून समजली नाही. ही माया कोण?

चिडगुपकर : अहो, कसली माया डॉक्टर? मी ब्रह्मचारी जन्मापासून. ह्या पोराचा मला लळा. तरी त्यानं कल्पना करून घेतली की, मला मुलगी आहे आणि तिचं नाव माया. मी कधी लग्नच करू शकलो नाही, यातच काय ते समजा.

डॉक्टर : आय सी! तरीदेखील तुम्हाला मुलगी आहे असं तो समजतो. इन्टरेस्टिंग! बाय द वे, कवठेकर, तुमच्या फॅमिली डॉक्टरांना मला फोन करायला सांगा म्हणजे ट्रीटमेंट लिहून देईन मी.

[सुलभा येते. डॉक्टरांना पाहते.]

सुलभा : डॉक्टर, मी भेटलं तर चालेल त्याला?

डॉक्टर : हो, भेट ना. तेवढंच त्याला बरं वाटेल. बराय, मी चलतो.

[डॉक्टर जातात. त्यांना पोहोचवायला चिडगुपकर जातात.]

रघुनाथ	:सुलू, जरा बेतानं हं.
	[सगळे आत जातात. फक्त सुलभा स्टेजवर. गोविंदा कॉटवर झोपलेला. सुलभा कॉटवर बसते. गोविंदाच्या डोळ्यांवर झापड यायला लागलीय.]
गोविंदा	:कोण, एंडे?
सुलभा	:अजून व्हायचीय मी एंडे. पुढल्या आठवड्यात आहे लग्न.
गोविंदा	:कधी आलीस?
सुलभा	:आत्ताच. अजून पूजा झाली नाही.
गोविंदा	:कसली पूजा?
सुलभा	:अरे, आज पंधरा ऑगस्ट ना, जेवायला आले मी.
गोविंदा	:पत्रिका वाटून झाल्या?
सुलभा	:जवळजवळ झाल्यात. लग्नाला नक्की ये हं.
गोविंदा	:मी कसा येणार लग्नाला? म्हणजे मी जरी आलो, तरी मी नसणारच. म्हणून नाही येणार.
सुलभा	:शाळेत गेले होते पत्रिका द्यायला. आपल्या करमळकरबाई भेटल्या.
गोविंदा	:मारकुड्या?
सुलभा	:होऽऽ अजून कुमारिकाच आहेत. आता हेडमिस्ट्रेस झाल्या आहेत.
गोविंदा	:हाती कोलीतच मिळालं त्यांच्या! (झापड येत आहे.)
सुलभा	:तुला त्रास होत नाही ना? औषध दिलंय वाटतं. काय गुंगी आलीय डोळ्यांवर!
गोविंदा	:गुंगी नव्हे मिसेस एंडे, मी टाईट आहे. आपले संबंध संपले आणि मी दारू जवळ केली.
सुलभा	:(ओशाळून हसते.) पुस्तकी बोलू नकोस.
गोविंदा	:खरंच सुलू, मी फार घेतली आहे आज. अगं, माझ्या आईचा श्याम आज टाईट आहे.
सुलभा	:ए, तुला त्रास होतोय. मी जाऊ? आईला मदत करते जरा—
गोविंदा	:जाऊ नकोस, चिंचेचं बुटूक. चल, आपण पुराचं पाणी बघायला जाऊ. सुलभाऽऽ अहोऽऽ मिसेस एंडेऽऽ मी पुरात उडी घेऊ?
सुलभा	:गोंद्याऽऽऽ (हाक घुमत जाते.)
गोविंदा	:सुलू कावरीबावरी, सुलू कसनुशी... सुलूच्या डोळ्यांत आभाळ साकळतं. सुलूच्या झिपऱ्या गालावर, सुलूचा फ्रॉक डोळ्यांवर, चड्डीची नाडी गुडघ्यावर! (टाळ्या वाजवितो.) वाऽऽ वा! मिसेस

एरंडे, काय डायलॉग आहेत!

सुलभा : (डोळ्यांत पाणी) मला चिडवू नकोस. आपली मैत्री तशीच आहे. विश्वास ठेव माझ्यावर!

गोविंदा : विश्वास तर ठेवणारच सौ. सुलभा नितीन एरंडे!

सुलभा : असं बोलू नकोस रेऽ! मी जाते. आत मदत करते आईला.

[गोविंदाला आठवते काही तरी. धडपडत उठतो. झोप डोळ्यांवर आलीय. गडबडीत गोट्या सांडतात. ट्रान्झिस्टर दिसतो, तो घेऊन सुलभाला देतो.]

गोविंदा : घ्या एरंडे. त्या दिवशी पहाटे मी घरी आलो होतो, तेव्हा चुकून घेऊन आलो.

[सुलभा ट्रान्झिस्टर घेते आणि जाते.]

गोट्या सांडल्या वाटतं? गोळा केल्या पाहिजेत. एक... दोन... तीन... एकंदर तेरा गोट्या... चार... पाच इंजेक्शन! फारच जोरदार दिसतंय....सहा......

[त्याला विलक्षण झोप येतेय. अर्धवट जागा, अर्धवट झोपलेला... असा खोक्यात गोट्या भरून ठेवत असतानाच...]

पडदा